नेताजी
सुभाषचंद्र बोस

रा.वा. शेवडे गुरुजी

मेहता पब्लिशिंग हाऊस

- **NETAJI SUBHASHCHANDRA BOSE**
  by R.V. Shevade Guruji

- **नेताजी सुभाषचंद्र बोस** / कुमार साहित्य
  रा.वा. शेवडे गुरुजी

- © मेहता पब्लिशिंग हाऊस

- प्रकाशक
  सुनील अनिल मेहता
  मेहता पब्लिशिंग हाऊस,
  १९४१, सदाशिव पेठ, माडीवाले कॉलनी, पुणे ३०.
  ☏ ०२०-२४४७६९२४
  E-mail : info@mehtapublishinghouse.com
  Website : www.mehtapublishinghouse.com

- प्रथमावृत्ती
  सप्टेंबर, २०१७

- मुखपृष्ठ व आतील चित्रे
  देविदास पेशवे

- ISBN 9789386745460

प्रास्ताविक

विसाव्या शतकाच्या पूर्वार्धात भारतात होऊन गेलेल्या मान्यवर नेत्यांत एक थोर देशभक्त या नात्याने नेताजी सुभाषचंद्र बोस यांचे स्थान काहीसे आगळे आणि वेगळे आहे. प्रखर देशभक्ती, अचाट साहस, अलौकिक त्याग, अमोघ वक्तृत्व, कुशल संघटनाचातुर्य, अचूक निर्णयशक्ती अशा अनेक विपुल आणि विविध सद्‌गुणांचा सुरेख संगम नेताजींच्यात झाला होता.

'आपण त्यांच्या समान व्हावे' या उक्तीप्रमाणे नव्या पिढीला थोडक्यात पण परिणामकारक रीतीने त्यांचे जीवन समजावून सांगण्याचा माझा हा एक प्रामाणिक प्रयत्न आहे.

नेताजींचे जीवन नव्या पिढीला प्रेरक ठरो.

श्री. अनिलकुमार मेहता यांचे प्रोत्साहन हे चरित्र लिहिताना मला मिळाले, या गोष्टीचा उल्लेख मी आग्रहपूर्वक करून त्यांना धन्यवाद देतो.

चला गाऊ या जीवनगाथा

"बाबूजी! बाबूजी!"

दरवाजावरील दरवानाची दृष्टी चुकवून कुमार आत धावत गेला. थेट बाबूजींच्या खोलीतच. बाबूजींचे पत्रलेखन सुरू होते. चेहरा गंभीर होता. दुपारी कार्यकर्ते येणार होते. शिवाय सायंकाळी त्यांना पाटण्याला निघायचे होते. कुमार अवेळी आलेला पाहून त्याच्या पाठीवरून हात फिरवीत बाबूजी म्हणाले,

"कुमार, शाळा नाही?"

"नाही कशी? आज तर आमच्या शाळेचा वाढदिवस, बक्षीस समारंभ आणि ही आमची निमत्रंण पत्रिका-"

कुमारने बाबूजींच्या टेबलावर आमंत्रण पत्रिका आपटली. बाबूजींनी विचारले,

"मग तुला एखादं बक्षीस आहे ना?"

"आहे की; कथाकथनाचं."

"कोणती गोष्ट सांगितली होतीस?"

"तुमची आवडती- अभिमन्यूची."

"शाब्बास, मग काय जोर आहे बुवा!"

"कसला जोर नि काय..."

"का रे?"

कुमार गंभीर झाला. त्याचे डोळे भरून आले. कंठ दाटून तो म्हणाला,

"पण बाबूजी, ठरलेले पाहुणेच येणार नाहीत. मघाशीच तार आली त्यांची."

''माझ्या घराजवळ शाळा आहे, म्हणून घाबरले नाहीत ना!''

''तुम्हाला लोक घाबरतात?''

''अरे, खरं बोलणाऱ्याला, मायभूमीवर प्रेम करणाऱ्याला सारं जग घाबरतं. बरं मग पुढं काय झालं?''

''कुणालाच काही सुचेनासं झालं. आम्हा मुलांना तर खूप वाईट वाटलं. दोन-तीन मुलं तर रडलीच.''

''अरेरे, असं व्हायला नको होतं.''

कुमारला धीर आला. थोडी धिटाई करून तो म्हणाला,

''बाबूजी, एक विचारू?''

''हो, जरूर विचार.''

''तुम्ही याल पाहुणे म्हणून?''

''कोण मी?''

''हो, हो तुम्हीच. मोठमोठ्या कॉलेजांत जाता, मग आमच्या शाळेत यायला काय हरकत आहे? मला माहिती आहे, आमची शाळा लहान म्हणून तुम्ही येत नाही-''

''तसं नव्हे; पण तुमचे गुरुजी...''

''मी सांगितलंय त्यांना.''

''मग काय म्हणाले ते?''

''म्हणाले, बंगाली वाघ मेंढरांच्या कळपात कसा येईल? त्याला भाग्य लागतं.''

''असं म्हणाले ते?''

''मी त्यांना म्हटलं...''

''काय म्हटलंस?''

''आमचे बाबूजी फार फार चांगले आहेत. त्यांना मुलं फार आवडतात. मी आणतो त्यांना.''

''अरे लबाडा!''

''बाबूजी, आता चला; नाहीतर मी मित्रांना नि गुरुजींना तोंड कसं दाखवू?''

''येईन मी. ही नेऊन दे चिठ्ठी तुझ्या गुरुजींना.''

बाबूजींची चिठ्ठी घेऊन कुमार तीरासारखा धावत गेला. चिठ्ठी गुरुजींना दिली. गुरुजी वाचू लागले– 'ठीक चार वाजता येत आहे. फक्त वीसच मिनिटं. बक्षिसं वाटीन. दोन शब्द सांगेन. प्रस्तावना नको, आभार नकोत, हारतुरे नकोत, चहापान नको, वाहन नको,

कोणी बोलवायला नको. तयारी ठेवा.'

शाळेचा आनंद गगनात मावेना. सर्वांची एकच धांदल उडाली. बैठक घातली. टेबल-खुर्ची मांडली. बक्षिसांचे टेबल सजले. मुले स्वागतासाठी दुतर्फा उभी राहिली.

बाबूजी आले. 'वंदे मातरम्'च्या घोषणांनी सारे आवार निनादून गेले. बाबूजी थेट खुर्चीकडे गेले. मुले व शिक्षक जागेवर बसले. सर्वत्र शांतता पसरली. बाबूजी उठून म्हणाले,

''वाचा बक्षिसांची यादी. एक जण हातात बक्षीस द्या. मुलं घेऊन जातील.''

बक्षिसे वाटून झाली. बाबूजी बोलायला उठले. प्रत्येक जण जिवाचे कान करून ऐकू लागला. बाबूजी बोलले,

''बाळांनो, मला फार वेळ नाही. वाईट वाटतं. कुमारसारख्या कोवळ्या कुमार-कुमारींची शाळा म्हणून आलो. भारतमातेचे उद्याचे तुम्ही रक्षक म्हणून आज एवढंच सांगतो,

— खरा गुरू ओळखा आणि त्याचीच आज्ञा पाळा. तोच तुमचा मार्गदर्शक.

— आपलं पहिलं काम पारतंत्र्यातल्या मायभूमीला स्वतंत्र करणं! त्यासाठी साहसी व्हा, धाडसी व्हा, अन्यायाचा निर्भयपणे प्रतिकार करा.

— पटेल तेच आचरणात आणा; कोणी काही म्हणोत. ध्रुवानं ध्रुवपद मिळवलं. रामानं त्राटिका मारली. कृष्णानं कंस मारला; कारण त्यांना ते पटलं होतं. ध्यानात ठेवा, प्रथम स्वराज्यासाठी मग सुराज्यासाठी लढावं लागतंच. विस्तवाशी खेळ असतो तो. यालाच जगणं म्हणतात. असलं जगणं जगाल, तर मायभूमी स्वातंत्र्याबरोबर समृद्धतेचं शिखर गाठेल.

— परमेश्वर तुम्हाला असलं तेजस्वी जीवन जगण्याची, विस्तवाशी खेळ खेळण्याची शक्ती देवो. येतो मी.''

वीज कडाडावी... डोळे दिपावेत... वीज नाहीशी व्हावी... तसे झाले. बाबूजी निघून गेले. सर्वांनी पाहिले. डोळ्यांवर कुणाचाच विश्वास बसेना.

केवढा विलक्षण प्रसंग!

कोणी म्हणतात बाबूजी अजून आहेत, कोणी म्हणतात नाहीत. पण कोट्यवधी आबालवृद्धांच्या अंतःकरणात या नेताजी सुभाषबाबूंची तेजस्वी, ओजस्वी, भव्य, दिव्य मूर्ती कोरलेली आहे. त्यांची स्फूर्तिदायी जीवनगाथा आपण गाऊ या.

रा.वा. शेवडे गुरुजी

"या वकीलसाहेब."

"बोला, मॅजिस्ट्रेट साहेब, का बोलावणं केलंत?"

"तुमच्याविरुद्ध फार तक्रारी आहेत."

"कोणाच्या?"

"पोलीस खात्याच्या. ते गुन्हेगार पकडतात, खटले भरतात आणि तुम्ही…"

"आम्ही काय?"

"सरकारी वकील असूनही…"

"गुन्हेगार सुटतात. असंच ना? साहेब, कायदा सत्य पाहतो, सत्ता नव्हे. तो न्यायाची बाजू घेतो; अन्यायाची नाही. खोटे पंच, भोंगळ पुरावे यावर—"

"मग मला वरिष्ठांकडे तुमच्याविरुद्ध दाद मागावी लागेल.''

"तुम्हाला तुमचा मार्ग मोकळा आहे.''

"आपण जाऊ शकता.''

कटकचे जिल्हा मॅजिस्ट्रेट आणि एक तरुण सरकारी वकील जानकीनाथ बोस यांच्यात मोठा खटका उडाला. स्वाभिमानी जानकीनाथांनी अपमान सहन न झाल्यामुळे त्वरित सरकारी वकिलीचा राजीनामा दिला. प्रकरण एवढ्यावरच थांबले नाही, तर दडपशाहीला कंटाळून त्यांनी आपल्या रायबहादुरकीचाही त्याग केला.

अशा तेजस्वी, तडफदार पित्याच्या पोटी सुभाषचंद्रांचा जन्म झाला. तारीख होती २३ जानेवारी, १८९७. वेळ दुपारचे सव्वा बारा. सुभाषचंद्र आपल्या आई-वडिलांचे नववे अपत्य.

जानकीनाथ नावाजलेले वकील असल्याने आणि समाजकार्याची त्यांना गोडी असल्याने ते सतत कोर्ट-कचेऱ्या, सभा-संमेलने आणि छोटे-मोठे प्रवास यांत मग्न असत. लक्ष्मीची त्यांच्यावर मर्जी होती. घरी नोकरचाकर भरपूर असत. मुलांच्याकडे लक्ष देण्यास त्यांना वेळ नव्हता. त्याहूनही, तशी त्यांची वृत्ती नव्हती. आपले कार्यक्षेत्र चार भिंतींच्या पलीकडे आहे, असे त्यांना वाटे. गुंतागुंतीचे खटले चालवावेत, नामांकित वकिलांना बुद्धितेजाने हरवावे, मानमरातब मिळवावा, याच विचारात ते सदैव असत. उत्कृष्ट वकील, सरकारी वकील, कटक नगरपालिकेचे अध्यक्ष, बंगाल कायदे मंडळाचे सभासद व रायबहादूर पदवीची प्राप्ती... अशी त्यांची उन्नती होत गेली; पण मनातून त्यांना बिटिशांच्या जुलमी राजवटीचा कंटाळा होता. यथाशक्ती ते गोर-गरिबांना मदत करीत. माता-पित्यांच्या स्मरणार्थ त्यांनी एक धर्मार्थ दवाखाना चालविला होता. अनेक सार्वजनिक संस्थांशी त्यांचा सक्रिय संपर्क होता.

प्रभावतीदेवी घर चालवीत. मुलांचे करायचे, नोकरचाकरांकडून कामे करवून घ्यायची, उजाडलेला दिवस मावळलेला त्यांना कळत नसे. रीतिरिवाजाप्रमाणे इतर मुले नोकरांकडून करून घेत; पण सुभाष- आईने सारे केल्याशिवाय सुभाषला समाधानच वाटत नव्हते.

धडाडीचे आकांक्षी वडील, प्रेमळ आणि कष्टशील माता, बंगालसारखी तेजस्वी तपोभूमी, की जिने भारताला महाकवी, थोर चित्रकार, समाजसुधारक, शास्त्रज्ञ व क्रांतिवीर दिले, अशा पावनभूमीत बाल सुभाषचा आत्मा विकसित होत होता.

घोडागाडीतून उतरून ओक्साबोक्शी रडतच सुभाष शाळेतून घरी आला. त्याने दप्तर कोपऱ्यात भिरकावून दिले. ''आई! आई!'' असे ओरडतच तो आईला घट्ट बिलगला. त्याने दोन मिनिटे पोटभर रडून घेतले. त्याच्या पाठीवरून हात फिरवीत प्रभावतीबाई म्हणाल्या,

''काय झालं सुभाष?''
'' .... ''
''टीचरनी मारलं का?''

"त्या काय मला मारतात!"

"मग मित्रांशी मारामारी केलीस का?"

"मुळीच नाही."

"कुठं पडलास का?"

"छे!"

"अरे, मग इतकं रडायला काय झालं?"

"मला ती शाळा नको."

"बेटा, घरातली तुझी इतर भावंडे तर त्या शाळेत जातात. मग तुलाच ती शाळा का नको?"

"वाईट आहे ती शाळा. म्हणे मी इंडियन!"

शेजारच्या हॉलमधून माता-पुत्रांचा हा सुखसंवाद जानकीनाथ ऐकत होते. खोलीत प्रवेश करीत ते म्हणाले,

"अरे, इंडियन असण्याचा अभिमान वाटायला हवा तुला. रामकृष्ण, विवेकानंद, टिळक, अरविंद, लाला लजपत राय हे सारे इंडियनच नव्हेत का?"

"मग बाबा, माझ्यावर असा अन्याय का? मी पहिला नंबर काढला; पण मी इंडियन म्हणून स्कॉलरशिपच्या परीक्षेला बसायचं नाही. मला उत्तम कवायत येते, पण इंडियन म्हणून स्वयंसेवक दलात भरती व्हायचं नाही. मी खाडखाड पिस्तूल चालवू शकेन; पण इंडियन म्हणून ते शिक्षण घ्यायला मज्जाव!"

"अरे, तुझी पी. ई. स्कूल केवळ ख्रिश्चनांसाठी आहे. पंधरा टक्केच इंडियन मुलांना तिथं घेतात. तुला इंग्रजी चांगलं यावं, अंगी चांगली शिस्त बाणावी, म्हणून मी तुला त्या शाळेत घातलं."

"आणखीन की नाही पिताजी," वडिलांच्या खुलाशाने सुभाषचे समाधान होत नव्हते. तो सांगू लागला, "आमच्या शाळेत एक फार फार वाईट चाल आहे."

"ती कसली?"

"बंगालीत जरा बोललं, तर लगेच दंड करतात."

"हे तर अगदीच वाईट. बदलू बरं आपण ती शाळा."

वयाच्या पाचव्या वर्षापासून एका कॉन्व्हेंट शाळेत सुभाष जाऊ लागला होता; पण घर आणि शाळा ही दोन अगदी भिन्न जगे आहेत, असे त्याला वाटे. घरात साधा बंगाली पोषाख; पण शाळेला जाताना सुटाबुटात. घरात दुर्गापूजा, धार्मिक ग्रंथवाचन, तर शाळेत

बायबलचे सामुदायिक पठण. घरात लाडू, मिठाई, खाजा, रसगुल्ला खायला मिळे, तर शाळेत ब्रेड, बटर टोस्ट, सॅण्डविच. घरात संस्कृतप्रचुर बंगाली, तर शाळेत एक्स्क्यूज, प्लीज, सॉरी, थँक्स. जानकीनाथांनी शाळेच्या प्राचार्यांना कळविले—

'सुभाष मोठा झाला आहे. त्याची मातृभाषा बंगाली आणि धर्मभाषा संस्कृत आहे. त्या त्याला येणे आवश्यक आहे. ती सोय तुमच्या संस्थेत नाही. तरी कृपया त्याचे नाव पटावरून कमी करावे आणि त्याचा दाखला द्यावा.'

प्रतीक्षा यादीवरील अनेक नावे पाहून प्राचार्यांनी दाखला देण्यास मुळीच विलंब केला नाही.

प्रवेशपत्रिका, दाखला आणि फी बरोबर घेऊन रेव्हनशॉ हायस्कूलात जानकीनाथांनी सुभाषचे नाव दाखल केले. कारकुनाने चौथी म्हणून हातात चिठ्ठी दिली. सुभाषला मुख्याध्यापकांच्या स्वाधीन करून ते घरी गेले.

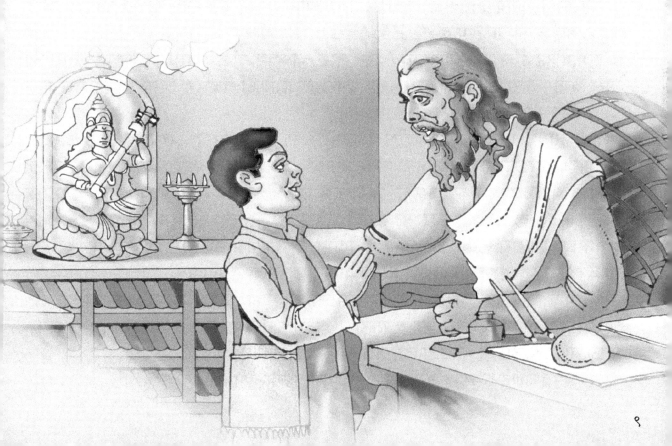

सुभाषने मुख्याध्यापकांना नमस्कार केला. मुख्याध्यापक वेणीमाधवदास म्हणाले,
''काय नाव तुझं?''

''सुभाषचंद्र जानकीदास बोस.''

''छान, छान. कोणत्या शाळेतून आलास?''

''पी. ई. मिशन स्कूलमधून.''

''म्हणजे, तुझं इंग्रजी चांगलं असणार; पण, बेटा सुभाष, आपली मातृभाषा प्रथम आपल्याला यायला हवी.''

''होय सर.''

''तिथं शिकवतात का रे बंगाली?''

''मुळीच नाही. म्हणून तर वडिलांच्यापाशी हट्ट धरून मी इथं आलो; पण–''

''पण काय बेटा? बोल–''

''मला बंगाली फार आवडतं; पण येत मात्र नाही.''

''येईल, येईल. मुला, प्रयत्न करणाऱ्याला सगळं काही येतं.''

''सर, मला हसतील का हो मुलं?''

''हसेनात, आपण तिकडे लक्ष देऊ नये. त्यांना इंग्रजी येत नाही म्हणून आपण त्यांना हसावं. होईल की नाही फिट्टंफाट?''

सुभाषच्या धिटाईने वेणीमाधवदास जसे आकर्षून गेले, तसेच वेणीमाधवदासांच्य प्रेमळ वृत्तीमुळे सुभाष प्रभावित झाला. शाळेतल्या शिक्षकांकडून असा जिव्हाळा त्याला कधीच अनुभवायला मिळाला नव्हता.

हवी होती ती शाळा सुभाषला मिळाली. तो मन लावून अभ्यास करू लागला. तिमाहीच्या परीक्षेत त्याचा पहिला नंबर आला. सर्व मुलांचा व शिक्षकांचा तो आवडता झाला. त्याचे अस्खलित आणि सफाईदार इंग्रजी ऐकून त्याच्याशी मैत्री करायला वर्गातल्याच नव्हे, तर शाळेतल्या मुलांत चढाओढ लागली. धंदा म्हणून नव्हे, तर धर्म म्हणून शिक्षणकार्य करणाऱ्या वेणीमाधवदासांच्या चाणाक्ष नजरेतून ही गोष्ट सुटू शकली नाही. त्यांनी सुभाषला एकदा ऑफिसात बोलावून घेतले. ते म्हणाले,

''सुभाष, तू आमच्या शाळेत आलास आणि एका 'रत्ना'ची भर आमच्या शाळेत पडली. बेटा, खूप अभ्यास कर व मोठा हो. विवेकानंदांसारखा. तू मोठा झालास म्हणजे शाळा मोठी झाली. मी मोठा झालो. तुझे आई-वडील मोठे झाले.''

या अपूर्व वाणीने सुभाष धन्य झाला. तो कृतज्ञतेने म्हणाला,

"सर, तुम्ही आमच्या वर्गाला का शिकवीत नाही?"
"अरे, मॅट्रिक, प्रिमॅट्रिकवरच माझे तास असतात. तू केव्हातरी प्रिमॅट्रिकला येणारच. तेव्हा—"
"सर, त्या क्षणाची मी कशी चातकासारखी वाट पाहत आहे!"

"अरे सुभाष!"
"काय पिताजी?"
"एवढं दार बंद करून काय चाललंय?"
"भाषण लिहून काढलंय, पाठ करतोय."
"वाच पाहू काय लिहिलंयस ते."
सुभाष वाचू लागला—

'गुरुजन आणि मित्रहो!
आपणा सर्वांचे लाडके व प्रेमळ हेड गुरुजी बदली झाली म्हणून जात आहेत. ते जेथे जातील तेथे यशस्वी होतील. मला त्या मुलांचा हेवा वाटतो. आमच्या गुरुजींसंबंधी मी काय बोलू? ते परीसासारखे आहेत. त्यांचा प्रेमळ स्पर्श ज्यांच्या वाट्याला येईल, त्यांच्या जन्माचं सोनं झालं म्हणून समजावं. ते माझे केवळ आदर्श गुरुजीच आहेत असं नव्हे, तर ते माझ्या भावी जीवनाचे शिल्पकार आहेत.'

सुभाषचा कंठ दाटून आला. पुढे त्याच्याने बोलवेना. जानकीनाथ म्हणाले,
"अरे, शाळेत धिटाईनं भाषण कर. वकिलाचा मुलगा आहेस तू. असं रडायचं नसतं."
सुभाष शाळेत गेला. त्याचे कशाकडेच लक्ष नव्हते. चार तास झाल्यानंतर निरोप समारंभाची सभा घेण्यात आली. आधी मुलांची भाषणं, मग शिक्षकांची आणि शेवटी उत्तरादाखल मुख्याध्यापकांचे असा क्रम होता.
पहिलेच नाव सुभाषचंद्र बोस म्हणून पुकारण्यात आले. टाळ्यांच्या गजरात सुभाष व्यासपीठाकडे धीमी पावले टाकीत चालू लागला. त्याला पिताजींची आठवण झाली—

११

धिटाईने बोल...

सुभाषने प्रारंभ तर छान केला; पण भावनावेग तो आवरू शकला नाही. चार वाक्य संपताच त्याला रडूच कोसळले. हॉलच्या कोपऱ्याकोपऱ्यांतून स्फुंदण्याचा प्रतिसाद त्याला मिळाला. अति गंभीर वातावरणात तो आपल्या जागेवर जाऊन बसला.

पुढे लंबी-चौडी अशी भाषणे झाली. वेणीमाधवदासांनी उत्तराच्या भाषणात सुभाषचा गौरव केला. ते म्हणाले,

"सुभाष भरल्या डोळ्यांनी खूप सांगून गेला. मुलांनो, सुभाषचा आदर्श ठेवा. विवेकानंद वाचा. मानवतेची सेवा करा. त्यातच मातृभूमीची सेवा समाविष्ट आहे. गरिबांचे अश्रू पुसणं यासारखं पुण्य नाही."

विद्यार्थी दशेत कित्येक दिवस पत्ररूपाने गुरु-शिष्यांची भेट होत राहिली. वेणीमाधवदासांच्या एका पत्रातील ते वाक्य सुभाषने आपल्या मनावर कोरून ठेवले होते- 'देव शोधून सापडत नाही; कारण तो हृदयस्थ असतो. पीडितांच्या पीडा दूर करा. देव तुमचा शोध घेत येईल.'

❈ ❈ ❈

वेणीमाधवदासांची बदली झाल्यापासून शाळेत प्राण उरलेला नाही, असे सुभाषला वाटले. काहीतरी मौलिक आपण हरवून बसलो आहोत, असे त्याला वाटले. तो वर्गापेक्षा ग्रंथालयात जास्त रमू लागला. विवेकानंदांचे स्फुट लेख आणि भाषणे त्याने मन लावून वाचून काढली आणि त्यातून एक नवी दृष्टी प्राप्त झाल्याचा त्याला भास झाला.

मानवतेच्या उद्धारासाठी ध्यानधारणा हवी, योगसाधना हवी, गुरू हवा, गुरुमंत्र हवा. पंधरा वर्षांच्या सुभाषने अभ्यासाकडे पाठ फिरविली. ध्यानधारणा करणाऱ्या गुरूचा शोध घेतला. गुरू मिळाला नाही, गुरुमंत्र मिळाला नाही. देव गरिबांत असतो अशा समजुतीने त्याने वारेमाप दानधर्म केला. गावात कोणी साधू आला की, त्याच्या दर्शनाला तो जाई, चर्चा करी; पण या उपायांनी त्याला मनःशांती मिळाली नाही.

माता-पिता चिंतित झाले. त्यांचा उपदेश फुकट गेला. पोर कामातून गेला असेच त्यांना वाटले. ते दुःखी-कष्टी झाले. माता-पित्यांची ही स्थिती सुभाषच्या नजरेस आणून देण्यात आली. त्याने अभ्यासावर लक्ष केंद्रित करण्याचा प्रयत्न केला; पण सभोवताली घडणाऱ्या घटनांनी त्याला अत्यंत अस्वस्थ केले.

खुदीरामला फाशीची शिक्षा का सुनावण्यात आली? कन्हैयालाल हसत हसत मरणाला सामोरा का गेला? त्याच्या पेटत्या प्रेताभोवती एक लाखाचा जनसागर जमला, असंख्यांनी रक्षा उचलली, कपाळाला लावली. कोणी म्हणाले - घरी नेऊ, पोरांच्या गळ्यात गंडा-ताईत बांधू. त्यात जितके हिंदू, तितके मुसलमान होते, असे का घडले?

सुभाषचे वडील जानकीनाथ मुसलमानांच्या सणासमारंभाला हिरिरीने जात. कटकचे मुसलमान त्यांना आपलेच पुढारी मानीत. अनेक मुस्लिम युवकांना त्यांनी साम्राज्यशाहीच्या वरवंट्याखाली भरडून जात असता वाचविले होते. सुभाषचे तरुण मन तत्कालीन समाजकारण आणि राजकारण यांकडे खेचले जाऊ लागले. त्याच्या मनात एकच गोंधळ उडाला. मनाची एक बाजू अध्यात्माकडे ओढ घेत होती, तर दुसरी बाजू क्रांतिकारकांच्या आत्मयज्ञाचा शोधबोध घेत होती. अशात परीक्षा जवळ आलेली. अभ्यासासाठी त्याने रात्रीचे दिवस केले. परीक्षा संपली. निकाल लागला. वयाच्या अवघ्या पंधराव्या वर्षी १९१३ मध्ये तो अखिल कलकत्ता विद्यापीठात दुसऱ्या क्रमांकाने मॅट्रिकची परीक्षा उत्तीर्ण झाला.

मित्रांना, शिक्षकांना धन्यता वाटली. आई-वडिलांचा आनंद गगनात मावेना. हरवलेला जणू सापडला, अशीच त्यांची मनःस्थिती झाली.

स्वामी विवेकानंद
स्वामीजींची

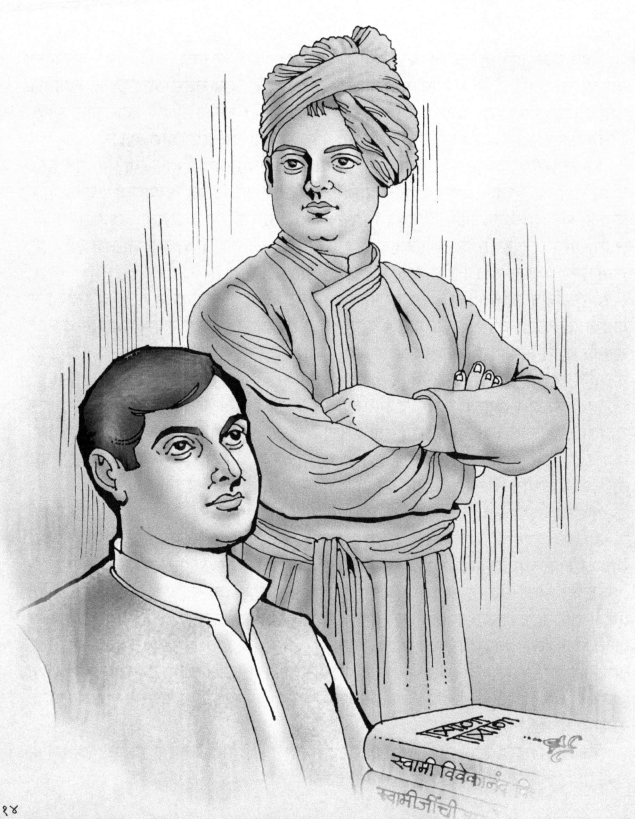

पण सुभाषला आपल्या यशाचे काहीच वाटले नाही. तो अंतर्मुख झाला होता, जीवनाचा अर्थ शोधीत होता. ध्यानधारणा, साधूसमागम, दानधर्म यांपैकी कशानेही त्याच्या मनाला शांती मिळाली नाही. ब्रिटिशांच्या वाढत्या आणि भयानक दडपशाहीने त्याचे मन खेचून घेतले होते. एकाहून एक क्रांतिवीर आत्मबलिदान करीत सुटले आहेत आणि असंख्य भारतीय तरुण हे उघड्या डोळ्यांनी आणि थंड मनाने बघत बसले आहेत, हा एकच विचार त्याला रात्रंदिवस अस्वस्थ करीत होता.

❀ ❀ ❀

पंधरा दिवस निघून गेले तरी वडिलांच्या पत्राला आपण उत्तर पाठविले नाही, ही गोष्ट सुभाषच्या मनाला खटकली. थोडी उसंत मिळताच त्याने ते पत्र 'विवेकानंदांची व्याख्याने' या पुस्तकातून काढले व वाचण्यास सुरुवात केली.

प्रिय सुभाष,

मॅट्रिकच्या परीक्षेत कलकत्ता विद्यापीठात तू दुसरा क्रमांक मिळविलास, म्हणून मोठ्या उमेदीने तुला मी कटकमध्ये न ठेवता कलकत्त्याच्या खास प्रेसिडेन्सी कॉलेजात दाखल केले. मन लावून अभ्यास कर. नंबर काढ; पण लक्षात ठेव 'वेदाभ्यासजड' असा पुस्तकातला किडा होऊ नकोस. चरितार्थाबरोबर आपल्या समाजाची सेवाही तुला करायची आहे. या ब्रिटिशांच्या राज्यात खऱ्या अर्थाने समाजसेवा करायला अचाट बुद्धिमत्तेची जरुरी आहे; कारण ब्रिटिश नुसते जुलमी राज्यकर्तेच नाहीत, तर भारतीय संपत्तीचे कावेबाज शोषणकर्तेही आहेत.

इकडील सर्व क्षेम. प्रकृतीस सांभाळ. पत्रोत्तर पाठव.

तुझे पिताजी,
जानकीनाथ

सुभाषने हे आपल्या वडिलांचे पत्र दोनदा वाचले. आता विलंब नको म्हणून तो झरझर उत्तर लिहू लागला.

प्रिय पिताजी,

तुमचे पत्र योग्य वेळी पोहोचले. नव्या वातावरणात स्थिर होण्यात काही दिवस लोटले. उत्तर लिहिण्यास उशीर होत आहे, त्याची क्षमा करावी.

आपण माझ्यावर विश्वास टाकून या महागड्या कॉलेजात घातलेत. मी आपला

जबाबदार पुत्र आहे. आपणास कमीपणा येईल, असे माझ्या हातून काही होणार नाही याची खात्री बाळगा.

आमच्या कॉलेजात आणि वसतिगृहात विद्यार्थ्यांचे काही गमतीदार गट आहेत. एक धनिक राजकुमार आदींचा. चैन, वैभवप्रदर्शन आणि उधळपट्टी यातच ते मश्गुल असतात. त्यांना अभ्यास नको असतो. दुसरे आहेत 'स्कॉलर्स'. भोंगळ कपडे वापरावेत, जाड भिंगाचा, बारीक सोनेरी काड्यांचा चष्मा वापरावा. जाडजूड पुस्तके काखेत मारून फिरत राहावे. आपण पुस्तकातले किडे आहोत, असे भासविण्याची त्यांना फार हौस;

पण पिताजी, आणखी एक विद्यार्थ्यांचा गट आहे. ते स्वतःला क्रांतिकारकांचे पिता समजतात. गुप्त बैठकी घ्याव्यात, बॉम्ब तयार करण्याचे शिक्षण घ्यावे आणि एक दिवस सर्वत्र स्फोट करून स्वातंत्र्य मिळवावे, ही त्यांची विचारधारा. ते सतत संशयात्म्यासारखे वावरत असतात. त्यांचा ना स्वतःवर विश्वास ना इतरांवर...

आणि पिताजी, आम्ही कटकवासीयांनी एक गट केलाय. आम्ही ठरवलंय, खूप खूप अभ्यास करायचा, तसेच फावल्या वेळेत समाजसेवाही करायची. येथील ग्रंथालय प्रचंड आहे. त्याचा मी पुरेपूर उपयोग करून घेणार आहे. त्याचप्रमाणे छोट्या-मोठ्या सुटीत आम्ही नजीकच्या आणि दूरच्या प्रसिद्ध ठिकाणच्या सहलीही काढणार आहोत.

माझे ठीक चालले आहे. माताजींना नमस्कार.

आपला नम्र,
सुभाषचंद्र

आपल्या वडिलांना पत्रातून सूचित केल्याप्रमाणे सुभाषने अभ्यासाबरोबर दलित पीडितांसाठी काही करीत राहण्याचा निश्चय केला. त्याच्या पुढारीपणाखाली त्यांचा गट महाकवी रवींद्रबाबूंना भेटला.

टागोर म्हणाले,

"तरुणांनो, कलकत्ता म्हणजे भारत नव्हे. भारत खेड्यांचा देश आहे. अडाणी दरिद्री-खेडुतांची सेवा म्हणजेच भारतमातेची सेवा."

टागोरांच्या उपदेशाने सुभाष प्रभावित झाला. त्याने त्यांच्या शिक्षण संस्था पाहिल्या. भावी जीवनात अशी एखादी शिक्षण संस्था आपण काढावी, असाही विचार सुभाषच्या मनात चमकून गेला.

टागोरांप्रमाणे अरविंदबाबूंचेही नाव या वेळी सर्वांच्या ओठावर येत होते. पाँडिचेरीत बारा वर्षे तप करून मोठी दिव्य शक्ती प्राप्त करून घेऊन भारताला दास्यमुक्त करण्याचा त्यांचा विचार आहे, असा एक समज सर्व बंगालभर रूढ झाला होता.

विवेकानंदांच्या जोडीला टागोर आणि अरविंद अशी एकूण तीन श्रद्धास्थाने सुभाषच्या मनात वास्तव्य करून होती. कटकला घरी सुटी घालवून कॉलेज सुरू होण्याच्या सुमारास सुभाष कलकत्त्याला आला. इंटरच्या परीक्षेत जरी दुसऱ्या वर्गात तो आला असला, तरी

१७

ज्या प्रकारे त्याने ते वर्ष घालविले, त्याबद्दल त्याचे मन त्याला खात होते. शिवाय आपल्या वडिलांना काय वाटेल, याची त्याने धास्ती घेतली होती. प्रत्यक्षात माताजींनी थोडी बडबड केली होती आणि पिताजींनी त्यांना धीर दिला होता.

कॉलेज सुरू होताच जानकीनाथांचे त्याला एक पत्र आले-

प्रिय सुभाष,

बी.ए.ला तत्त्वज्ञान हा विषय निवडण्याची तुझी मनीषा तू पुरी करून घेतली असशीलच; पण या विषयाच्या फाजील अभ्यासाने माणसं निर्गुण, निराकार, निवृत्तीपर मार्गावर जाण्याचा धोका असतो, याचा विचार कर. देशाला जरुरी आहे, ती काही करणाऱ्यांची. जीवनाच्या ध्येयाबाबत विचार करण्याचं आता तुझं वय आहे.

सुटीचे दोन महिने भटकंतीत घालविलेस, अभ्यासाकडे तुझे लक्षच नव्हते. आता प्रथम श्रेणीतच तुला उत्तीर्ण व्हावं लागेल. लक्षात ठेव, तुझ्या उज्ज्वल यशाकडे तुझ्या माता-पित्यांचे डोळे चातकासारखे लागून राहिले आहेत. इकडील सर्व ठीक. तुझे क्षेम वरचेवर कळवीत जा.

तुझे पिताजी,
जानकीनाथ

पत्र वाचून सुभाषला गहिवरून आले. पिताजींचे आपल्यावर किती उत्कट व डोळस प्रेम आहे याचा त्याला पुन्हा एकदा प्रत्यय आला. मन लावून अभ्यास करावयाचा, बी.ए. होईपर्यंत सर्व चळवळी सोडावयाच्या, मित्रांतसुद्धा फारसे मिसळायचे नाही, असा त्याने निश्चय केला. पिताजींच्या समर्थ उपदेशाची सतत जाणीव राहावी म्हणून त्याने त्यांचा एक फोटोही फ्रेम करून भिंतीवर लावला; पण 'आपण ठरवतो एक, होते दुसरेच.'

सुभाषने प्रिन्सिपॉलांच्या ऑफिसात प्रवेश करीत विचारले,
"सर, मी आत येऊ का?"
"जरूर. काय हवंय?"
"सर, आपण बोलावलंत म्हणून..."
"हो, हो!" मान वर करीत प्रिन्सिपॉल म्हणाले, "तूच बोस तर. हे पाहा बोस-"

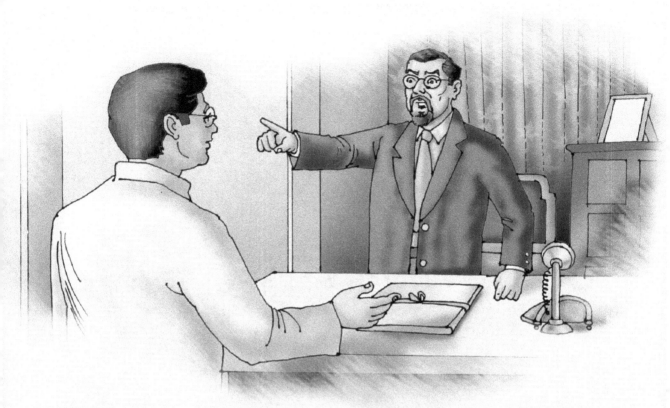

''येस सर.''

''साऱ्या अनर्थाचं मूळ तू आहेस. तू कॉलेजात संप घडवून आणलास आणि प्रो. ओटेनना मारपीट करविलीस. कॉलेजच्या इतिहासातील पहिला काळाकुट्ट प्रसंग आणि तोही माझ्या कारकिर्दीत.''

''सर, मला माझी बाजू मांडू दिलीत...''

''त्यासाठी तर मी तुला बोलावलं आहे. बोला!''

''सर, ओटेन सरांनी हिंदी मुलांना तुच्छतेनं धक्काबुक्की केली. ठोकून काढीन अशी धमकी दिली.''

''म्हणून तुम्ही संपावर गेलात.''

''सर, संप समजुतीने मिटला होता. मुलं वर्गात जाऊही लागली.''

''मग?''

''आपण सर...''

''बोल, सर्व काही ऐकून घेण्याची मी तयारी केली आहे.''

''आपण साऱ्या मुलांचा दंड माफ केला नाहीत. मनात डूख धरून ओटेन सरांनी एका विद्यार्थ्याला ठोकून काढलं—''

''आणि म्हणून तुम्ही त्यांना मारलंत!''

"सर, सुटकेच्या साऱ्या वाटा बंद झाल्या तर..."

"समजलं, समजलं!"

"इंग्रज प्राध्याप्रकाकडून आम्हा हिंदी मुलांना किती अपमानास्पद वागविलं जातं याची कल्पना सर आपणाला—"

प्रिन्सिपॉल चवताळून ओरडले,

"शट् अप! काऽही ऐकून घ्यायची माझी इच्छा नाही; पण लक्षात ठेव, सरकारनं कॉलेज बंद केलं आहे. मला काढून टाकलं आहे आणि आता मी तुला काढून टाकीत आहे. चालता हो!"

"गुड बाय," असे नम्रतेने म्हणत सुभाष शांतपणे बाहेर पडला. प्राचार्यांच्या रागाने तो अस्वस्थ झाला नाही किंवा विद्यार्थ्यांनी केलेल्या जयजयकाराने तो चढून गेला नाही.

या प्रकरणातून त्याची चिंतनशीलता मात्र वाढली.

सुभाषच्या बडतर्फीचे प्रकरण वर्तमानपत्रात गाजले. राजकीय पुढाऱ्यांनी एक नवाच मुद्दा मांडला, 'आधीच बडतर्फ झालेले प्राचार्य सुभाषचंद्र बोसला बडतर्फ करू शकत नाहीत; कारण तसा त्यांना अधिकारच राहत नाही. तरी अन्य कॉलेजात श्री. सुभाषचंद्र बोसला प्रवेश मिळालाच पाहिजे.' या उठलेल्या काहुरामुळे कलकत्ता न्यायालयाचे मुख्य न्यायमूर्ती आशुतोष मुखर्जी यांच्या नेतृत्वाखाली एक चौकशी समिती सरकारने नियुक्त

केली. तिच्यापुढे सुभाषला खुलाशासाठी जावे लागले.

सुभाषने आपली बाजू अत्यंत प्रभावीपणे मांडली. हिंदी विद्यार्थी अत्यंत दयनीय अवस्थेत ख्रिश्चन शिक्षण संस्थांमध्ये शिक्षण घेत आहेत, हा सुभाषचा प्रमुख मुद्दा. डॉ. मुखर्जींनी सुभाषला एक खोचक प्रश्न विचारला. ते म्हणाले,

''म्हणून विद्यार्थ्यांनी प्राध्याप्रकांना मारणं समर्थनीय ठरतं काय?''

''हे वाईट तर खरंच!'' सुभाष बाणेदारपणे सांगू लागला, ''पण, सर काहीही करून वाघ आपणाला खाणारच, अशी शेळीची खात्री पटताच स्वसंरक्षणासाठी ती वाघावर शिंगे उगारल्यावाचून कशी राहील?''

सुभाषच्या उत्तराने समिती जरी प्रभावित झाली, तरी सुभाषच्या बडतर्फीचा निर्णय तिने अनिर्णीतच ठेवला.

सुभाषच्या बडतर्फीचा कलकत्त्यातील हा सारा प्रकार शरच्चंद्रांकडून जानकीनाथांच्या कानी गेला. त्यांनी सुभाषला कटकला परत बोलाविले. काहीशा नाराजीने सुभाष कटकला परतला.

चार दिवसांनी सुभाष वडिलांना म्हणाला,

''पिताजी!''

''बोल बेटा.''

''मला परत का बोलावलंत?''

''बडतर्फ झाल्यामुळे एकटं कामाशिवाय कलकत्त्यात राहणं, धोक्याचं म्हणून!''

''मी बिघडेन, भलतंसलतं काही करीन असं वाटलं तुम्हाला?''

''बेटा, तुझ्यावर माझा पूर्ण विश्वास आहे.''

''मग?''

''माझं हृदय बापाचं आहे. तू तरुण आहेस. तुला खूप शिकायचं आहे—''

''माझी तीच इच्छा आहे पिताजी.''

''तुझी बडतर्फी केवळ अन्याय्य नव्हे, तर बेकायदेशीर आहे. आपण दाद मागू. मध्यंतरीच्या काळात...''

''मी काय करावं असं वाटतं आपल्याला?''

''गरिबांची सेवा कर. देशाच्या इतिहासाचं, भूगोलाचं अवलोकन कर. समाजातील फुटीरता जाऊन तो एकसंध कसा राहील, याचा विचार कर. जगात करणाऱ्याला खूप काम असतं.''

वडिलांचा उपदेश शिरसावंद्य मानून सुभाषनं इस्पितळात जाऊन रोग्यांची शुश्रूषा केली. त्याला कळून चुकलं की, आपल्या देशात भयानक दारिद्र्य आहे. त्यातूनच अस्वच्छता निर्माण झाली आणि तीच रोगराईचं प्रमुख कारण आहे.

प्रमुख ऐतिहासिक स्थळांना त्याने भेटी दिल्या. त्याची खात्री पटली की आपले भविष्य उज्ज्वल आहे; कारण आपले 'पूर्वज' 'दिव्य' होते. तो निसर्गरम्य ठिकाणांच्या सहलींना गेला आणि भारताचे एक आगळेवेगळे दर्शन त्याला घडले. भारतावर निसर्गाचे केवढे वरदान आहे, हे समजताच त्याला अभिमान वाटला. साधूसंतांच्या दर्शनाचा लाभ त्याला झाला. अनुभूती असो-नसो; संसार सोडून संन्यास घेणे थट्टा नव्हे, हे त्याला पटले.

याही मनःस्थितीत आणि परिस्थितीत तो विसरला नाही, अरविंदांना आणि स्वामी विवेकानंदांना.

प्रेसिडेन्सी कॉलेजमधून बडतर्फ झाल्यानंतरचा वर्ष-दीड वर्षाचा सुभाषचा काळ बराच अस्वस्थतेत गेला. त्याचे अत्यंत आवडीचे जे लष्करी शिक्षण, त्यात त्याने प्रवेश मिळविण्याचा प्रयत्न केला; पण त्यात तो यशस्वी होऊ शकला नाही. सर्व चाचण्या कशा छान होत गेल्या; पण डोळे तपासणाऱ्या डॉक्टरांनी त्याच्यावर दृष्टिदोषाचा आरोप ठेवला. त्याला खूप दुःख झाले. जणू आपले जीवन वैफल्यानेच भरलेले आहे, अशी त्याची समजूत झाली.

रात्रीच्या दाट काळोखातच गोड पहाटेचा उगम व्हावा, याप्रमाणे सुभाषला अन्य कोणत्याही कॉलेजात प्रवेश घेता येईल, असे कलकत्ता विद्यापीठाचे पत्र त्याला मिळाले. लगेच स्कॉटिश चर्च कॉलेज (कलकत्ता) येथे तो चौकशीसाठी गेला आणि पहिल्या कॉलेजकडून 'नो ऑब्जेक्शन सर्टिफिकेट' आणल्यास आपण प्रवेश देऊ, असे त्याला सांगण्यात आले. असे सर्टिफिकेट मिळविण्यात सुभाषला विशेष अडचण पडली नाही आणि तत्त्वज्ञान हा विषय घेऊन त्याने बी.ए.चा अभ्यास सुरू केला. बरोबरीचे विद्यार्थी एम.ए. करीत आहेत, याची त्याला खंत वाटली आणि आपण आता मन लावून अभ्यास करायचा, असा त्याने दृढ निश्चय केला.

त्याच्या वर्गाला एक 'बायबल'चा तास असे. स्वतः प्राचार्य तो मोठ्या आवडीने आणि श्रद्धेने शिकवीत असत. सुभाषला बायबलची गोडी लागली. शेजाऱ्यांवर प्रेम करा, मानवाची सेवा हीच ईश्वराची भक्ती, हे तत्त्व त्याच्या मनावर बिंबले आणि विवेकानंदांच्या मानवतावादी शिकवणुकीशी बायबलमधील विचार किती तंतोतंत जुळतात, याचा त्याला अचंबा वाटला.

त्या काळी कॉलेजमध्ये यू.टी.सी.चे पथक असे. त्यात प्रवेश मिळवायला सुभाषला मुळीच अडचण पडली नाही. युनिव्हर्सिटीच्या तरुणांची संरक्षण दलात एक पलटण तयार करण्याचे ठरले. गुणवत्तेवर सुभाषने त्यातही प्रवेश मिळविला. कँपिंग, क्रॉसकंट्री जर्नी, रायफल ट्रेनिंग इत्यादी सर्व विभागांत तो आघाडीवर चमकला. बी.ए.चे अखेरचे वर्ष वजा जाता, इतर सारा वेळ त्याने आपल्या आवडत्या मिलिटरी ट्रेनिंगमध्ये खर्च केला. शेवटी घाईघाईने चार महिने रात्रीचे दिवस करून त्याने खूप वाचन आणि मनन केले. त्याची स्मरणशक्ती विलक्षण असली, तरी आपल्याला उच्च श्रेणी मिळेल की नाही याची खात्री नव्हती; पण परीक्षेचा निकाल जाहीर झाला आणि सुभाष बी.ए.ला प्रथम श्रेणीत दुसरा आला.

आपण एम.ए.ला जावे आणि तत्त्वज्ञान हा विषय घेऊन त्यात पारंगत व्हावे, अशी सुभाषची फार इच्छा होती.

भारताची, विशेषतः बंगालची स्थिती त्या वेळी अतिशय बिघडलेली होती. लॉर्ड कर्झनच्या जुलूमशाहीचा वरवंटा भारतावर स्वैरपणे फिरत होता. प्रतिकारासाठी भारतीय जनता सिद्ध झाली होती. त्यात बंगाली तरुण आघाडीवर होते. या तरुणांचे पुढारीपण सुभाषकडे चालून आले. ही गोष्ट शरच्चंद्रांकडून जानकीनाथांना समजली तेव्हा त्यांनी मोठी धास्तीच घेतली. जानकीनाथांनी आपल्या इष्टमित्रांशी विचार विनिमय केला आणि सुभाषची अलौकिक बुद्धिमत्ता ध्यानी घेऊन त्याला आय.सी.एस.ला पाठवायचे ठरविले.

जानकीनाथांनी सुभाषला इंग्लंडला आय.सी.एस. होण्यासाठी पाठविण्याचे ठरविले. शरच्चंद्रांनीसुद्धा आपल्या वडिलांचीच बाजू उचलून धरली; परंतु या गोष्टीला सुभाषने अनुमती दिली नव्हती.

एके दिवशी सकाळी सुभाष आपल्या खोलीमध्ये सचिंत बसला होता. इतक्यात त्याच्या खोलीत त्याचा मित्र हेमंतकुमार आला. विवेकानंदांचे शिकागोतील ओजस्वी भाषण सुभाष वाचत होता.

''हेमंत, सकाळीच बरं येणं केलंस?''

''मुद्दाम तुला भेटावं, म्हणून.''

''बोल, काय काम आहे तुझं?''

''माझं नाही तुझंच.''

''म्हणजे?''

''तुझे वडील तुला आय.सी.एस.ला पाठविणार आहेत. तुझं अभिनंदन करावं म्हणून आलो.''

''हेमंत, माझ्या दुःखावर डागण्या देणं निदान तुला तरी शोभत नाही. तू माझा मित्र आहेस.''

''म्हणजे तुला विलायतेला जायचं नाही तर!''

''मुळीच नाही.''

''का बरं?''

"हेमंत, हा प्रश्न तू मला विचारावास? अरे, थोडा अंतर्मुख हो. मातृभूमीच्या पारतंत्र्याच्या शृंखला तोडण्यासाठी असंख्य तरुण आत्मबलिदान करीत आहेत. दारिद्र्य, रोगराई वारेमाप फैलावत आहे. 'फोडा आणि झोडा' या ब्रिटिशांच्या भेदनीतीमुळे देशात सर्वत्र अनास्था माजली आहे. हिंदू विरुद्ध मुसलमान, सवर्ण विरुद्ध हरिजन, मालक विरुद्ध मजूर अशा आत्मघातकी झगड्यांनी आपल्या देशाची अधोगती होत आहे आणि असं असता, हेमंत, ज्यांच्या योगाने ब्रिटिशांचे हात बळकट होतील, अशी आय.सी.एस. परीक्षा देण्यासाठी मी विलायतेला जाऊ? नाही हेमंत, नाही, हे मला कदापि शक्य नाही."

"सुभाष, तुझे हे विचार मला माहीत आहेत; परंतु एका गोष्टीचा विचार तू करावास असं मला फार वाटतं."

"बोल हेमंत, मन एकदाचं मोकळं करून टाक."

"आधी शांतपणे माझं ऐकून घे. आय.सी.एस.च्या अभ्यासाच्या निमित्तानं तुझी विलायत यात्रा घडेल. अनेक ओळखी होतील. इंग्लंड हा लोकशाहीप्रधान देश आहे. प्रसंगी तुला भारताची बाजू मांडण्यासाठी या संधीचा उपयोग करून घेता येईल. तुझे आई-वडील तुझी फार काळजी करतात. ते काही काळ चिंतामुक्त होतील. शिवाय..."

"शिवाय काय?"

"शिवाय त्याचं असं आहे सुभाष, आय.सी.एस.ची परीक्षा केवळ इंग्लिश विद्यार्थ्यांसाठीच आहे. भारतीयांसाठी नाही. कारण त्यांच्या गुणवत्तेला, हुशारीला भारतीय उतरतच नाहीत. हे आव्हान—"

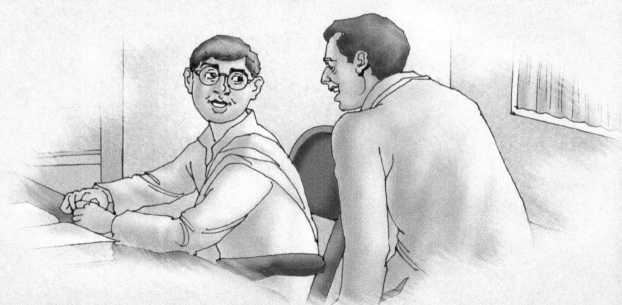

'आव्हान' शब्द कानी पडल्याबरोबर सुभाषच्या शरीरातून एक विलक्षण चमक चमकून गेली. क्षणाचीही उसंत न लावता तो हेमंतला म्हणाला,

"हे आव्हान मी स्वीकारलं. भारतीय विद्यार्थ्यांची बुद्धिमत्ता प्रस्थापित करण्यासाठी आणि पुढचं कुणी सांगितलंय! निदान काही काळ तरी माझ्या माता-पित्यांना मनःशांती देण्यासाठी मी विलायतेला जाणार आणि आय.सी.एस. होणार, अगदी उच्च श्रेणीत!"

हेमंतकुमारचा आनंद गगनात मावेना. त्याने सुभाषला कडकडून मिठी मारली. त्याने सुभाषचा बदललेला निर्णय जानकीनाथांना सांगितला. बोस कुटुंबात मोठ्या उत्साहाचे वातावरण निर्माण झाले.

आय.सी.एस.च्या परीक्षेसाठी विलायतेला जायला आपण तयार आहोत, हा आपला निर्णय स्वतः सुभाषने जानकीनाथांना सांगितला तेव्हा घरातील सर्व मंडळींकडून त्याच्यावर शुभेच्छांचा आणि अभिनंदनाचा मुक्त वर्षाव झाला. क्षणभर, ती परीक्षा आपण आजच उत्तीर्ण होऊन आलो तर नाही ना, अशी सुखद शंका त्याच्या मनाला चाटून गेली.

भारावलेल्या मनाने सर्वांचा निरोप घेऊन सुभाषने बोटीतून इंग्लंडला प्रयाण केले. इंग्लंडमध्ये येताच काही भारतीय विद्यार्थ्यांशी त्याची ओळख झाली. देश सोडल्यावर देशाचा विरह किती जाणवतो, याचा त्याला प्रथमच अनुभव आला. केंब्रिजला प्रवेश मिळाल्यास अधिक बरे; असे त्याच्या मित्रांनी त्याला सुचविल्यावरून तो केंब्रिजला गेला आणि त्याचे वय, मुलाखत, पूर्व करिअर, गुणपत्रके यांच्या आधारावर त्याला सहज प्रवेश मिळाला.

सुभाष मन लावून अभ्यास करू लागला. त्याहूनही दीडशे वर्षे आपल्या देशावर राज्य करणाऱ्या इंग्लंडचे, तेथील लोकांचे, समाजस्थितीचे निरीक्षण करण्यात तो मग्न होत होता. त्याला नवनवीन गोष्टींची उकल होऊ लागली. पहिली गोष्ट त्याला समजली ती अशी की, इंग्रज माणूस हा लोकशाहीचा भोक्ता आहे. इंग्लंड देशातील त्या लोकांचे देशप्रेम, शिस्त, स्वच्छता, उद्योगप्रियता, वाङ्मयप्रेम या दृष्टीने तो देश चांगलाच पुढारलेला आहे. मूठभर बुद्धिमान पुढारी म्हणजे देश नव्हे, तर सर्वसामान्य नागरिकांचा दर्जा हा देशाची योग्यता ठरवितो. या दृष्टीने भारत केवळ नावाचाच देश आहे. त्याला सुधारणे हे सुशिक्षितांचे काम आहे. सुशिक्षित पिढ्यान्पिढ्या आपल्या बांधवांकरिता

राबतील तर भारत 'राष्ट्र' या पदवीला खऱ्या अर्थाने पोहोचेल.

त्याच सुमारास भारतीय स्वातंत्र्याचे जनक लोकमान्य टिळक इंग्लंडमध्ये आले होते. त्यांचे भाषण ऐकण्याचा सुयोग सुभाषला आला. लोकमान्य आपल्या भाषणात म्हणाले, ''इंग्लंडमध्ये शिकणाऱ्या भारतीय तरुणांनी सरकारी नोकरीत न शिरता आपली राहणी साधी ठेवून, अनावश्यक गरजा कमी करून आपल्या देशबांधवांची सेवा करावी.''

लोकमान्यांच्या या वाणीने सुभाषचे कान पावन झाले. त्याने त्याच वेळी मनाचा निश्चय केला की, आय.सी.एस. परीक्षा उत्तम प्रकारे पास होऊन भारतीय विद्यार्थी बुद्‍धिमत्तेने मुळीच कमी नाहीत, हे तर सिद्ध करायचेच; पण नेमणूक झाल्याबरोबर नोकरीचा राजीनामा देऊन कायम जनसेवेलाच वाहून घ्यायचे.

दिवस जात होते. भारतीय लोकसभेचे अध्यक्ष विठ्ठलभाई पटेल इंग्लंडला आले. त्यांच्या प्रखर देशभक्तीचा त्या काळी मोठा दबदबा होता. काही विद्यार्थी त्यांना भेटले. सुभाषचा तडफदारपणा पाहून त्यांनी त्याला प्रोत्साहन दिले. ते म्हणाले,

''बेटा, तुमच्यासारख्या तरुणांनी स्वातंत्र्ययज्ञात उडी घेण्याची नितांत गरज आहे. तू जरूर तुझ्या मार्गाने जा. लक्षात ठेव, मी तुझ्या पाठीशी आहे. काही आर्थिक गरज भासली, तर माझं दार ठोठावायला संकोच बाळगू नकोस.''

अशा मनःस्थितीत इंग्लंडमध्ये सुभाष वावरत होता. त्याचे आता अभ्यासावरचे लक्ष उडाले. परीक्षा तर जवळ येत चालली होती. आपण आता ही परीक्षा काही उत्तीर्ण होत नाही, असेच त्याला वाटू लागले.

काहीशा निराश मनानेच तो परीक्षेस बसला. महिनाभर परीक्षा चालली होती; पण काय आश्चर्य! या कठीण परीक्षेत तो चौथ्या क्रमांकाने उत्तीर्ण झाला!

आय.सी.एस. होणे म्हणजे एक लठ्ठ पगाराचा सनदी अधिकारी होणे. इंग्लंडमध्ये जेव्हा यशस्वी विद्यार्थ्यांसाठी निरोप समारंभ झाला, तेव्हा 'ब्रिटिश साम्राज्याचे संरक्षण तुमच्या हातून होवो' असा आशीर्वाद त्यांना देण्यात आला. तो आशीर्वाद कानावर पडताच सुभाष स्वतःशीच हसला; पण एक बडा अधिकारी होऊन तो भारताला परतला. परत आल्यावर त्याच्यावर ज्ञात-अज्ञात बंगालवासीयांनी अभिनंदनाचा वर्षाव केला; पण या अभिनंदन प्रसंगी सुभाषचा चेहरा गंभीर का होत होता ते एक शरच्चंद्रांनाच समजत होते; कारण एका पत्रात शरच्चंद्रांना त्याने लिहिले होते, 'जे सरकार आपल्या जुलमाने जालियनवाला बागेसारख्या क्रूर कत्तली सहज घडवून आणते, त्या सरकारचा अधिकारी होऊन स्वदेश बांधवांचा मी शत्रू कसा बरे होऊ?' अभिनंदनाची लाट ओसरली. धीरगंभीरपणे सुभाषने भारतमंत्री 'माँटेग्यू' यांच्याकडे राजीनामा लिहून पाठविला. त्यात त्याने लिहिले,

'मी १९२० मध्ये इंग्लंडमध्ये आय.सी.एस. झालो; परंतु माझ्या देशाची आणि ब्रिटिश सरकारची, दोघांचीही सेवा करता येणे मला केवळ अशक्य आहे. म्हणून मी माझ्या आय.सी.एस. च्या जागेचा राजीनामा सादर करीत आहे. यापुढे मला माझ्या देशात चाललेल्या राष्ट्रीय लढ्यात भाग घेता येईल.'

अशा प्रकारे सुभाषने देशाच्या सेवेसाठी सत्ता आणि संपत्ती यांच्यावर लाथ मारली. अनेक भारतीयांनी व इंग्रज अधिकाऱ्यांनी त्याचे मन वळविण्याचा प्रयत्न केला; पण कुणालाच यश आले नाही.

❀ ❀ ❀

सुभाषबाबूंनी सरकारी नोकरीचा राजीनामा तर दिलाच; पण पुढे निश्चित कोणते आणि कशा स्वरूपाचे कार्य करावयाचे, याचा त्यांनी विचार केला. लोकमान्य नुकतेच दिवंगत झाले होते. गांधीजींनी लोकमान्यांचा आशीर्वाद मिळविला होता आणि भारतभर

गांधीजींच्या कार्याबद्दल आणि कार्यपद्धती बद्दल एक आगळे आकर्षण निर्माण झाले होते.

सुभाषबाबूंनी मुंबईस जाऊन गांधीजींची भेट घेतली. त्यांच्याशी पुष्कळ विचार-विनिमय केला; परंतु आपले जेवढे समाधान होईल, असे त्यांना वाटले होते, तेवढे झाले नाही. सुभाषबाबू परत कलकत्त्याला आले. वेळ न दवडता त्यांनी बंगालचे तत्कालीन पुढारी देशबंधू चित्तरंजन दास यांची भेट घेतली. त्यांच्याशी झालेल्या चर्चेमुळे सुभाषबाबू उल्हसित झाले. दासबाबूंच्या मनातदेखील सुभाषबाबूंबद्दल एक प्रकारचे आकर्षण होते. सुभाषबाबूंनी कॉलेजमध्ये हिंदी विद्यार्थ्यांवर होणाऱ्या अन्यायावर केलेला संघटित प्रतिकार, त्याची कॉलेजमधील बडतर्फी, आय.सी.एस. पदवी मिळवूनही त्यानी नोकरीचा दिलेला राजीनामा इत्यादी गोष्टी दासबाबूंच्या कानी यापूर्वीच गेल्या होत्या. थोड्याच दिवसांत त्या दोघांत गुरू-शिष्याचे अजोड नाते निर्माण झाले. कलकत्त्यात राष्ट्रीय कॉलेजची जेव्हा दासबाबूंनी स्थापना केली, त्या वेळी त्यांनी प्राचार्य म्हणून सुभाषबाबूंचीच नेमणूक केली. दासबाबूंनी ज्या ज्या चळवळीत हिरिरीने भाग घेतला, मग प्रिन्स ऑफ वेल्स यांच्या आगमनावर बहिष्कार टाकणे असो किंवा 'फॉरवर्ड' नियतकालिक कार्यक्षमतेने चालविणे असो, सुभाषबाबूंनी त्यांना तनमनधनाने साथ दिली.

स्थानिक स्वराज्य संस्था देशी लोकांच्या ताब्यात आल्या पाहिजेत, म्हणून कलकत्ता महानगरपालिकेच्या मेयरपदासाठी दासबाबू उभे राहिले आणि प्रचंड बहुमताने निवडूनही आले. लगेच दासबाबूंनी महानगरपालिकेचे प्रमुख कार्यकारी अधिकारी म्हणून सुभाषबाबूंची नेमणूक केली. या जागेवर असताना सुभाषबाबूंनी नेटाने, चिकाटीने आणि देशाभिमानाने जे काम केले, त्याला तोड नाही. त्यांच्या हाताखाली इंग्रज अधिकारी असत. ते हिंदी अधिकाऱ्यांना, मग तो कनिष्ठ असो किंवा वरिष्ठ असो, त्याला तुच्छतेने वागवीत; परंतु सभाषबाबूंनी अशा घमेंडखोर अधिकाऱ्यांना कसे सुतासारखे सरळ केले.

अशा रीतीने सुभाषबाबूंची लोकप्रियता केवळ बंगालपुरतीच मर्यादित राहिली नाही, तर ती भारतभर पसरू लागली. ब्रिटिश सत्तेने धास्ती घेतली व त्यांच्यावर करडी नजर ठेवून या ना त्या निमित्ताने त्यांना तुरुंगात डांबण्याचा सरकार विचार करू लागले.

ऑक्टोबर, १९२४ मध्ये क्रांतिकारकांनी गडबड केल्यामुळे भारतीय पुढाऱ्यांची धरपकड झाली आणि तसा काही खास पुरावा नसूनही केवळ आकसाने सुभाषबाबूंना पकडण्यात आले. अनेक पुढाऱ्यांत हा तरुण पुढारी फार घातक आहे, असे समजून

सुभाषबाबूंना हद्दपार करून मंडालेच्या तुरुंगात डांबण्यात आले.

मंडालेला गेल्यावर सुभाषबाबूंनी त्या तुरुंगाला भक्तिभावाने नमस्कार केला. लाला लजपतरायांच्या वर्षभराच्या वास्तव्याने तो पुनीत झाला होता. लोकमान्यांचे अलौकिक 'गीतारहस्य' याच तुरुंगात लिहिले गेले होते. सुभाषबाबू उद्गारले, 'मीही ईशकृपेने या मान्यवरांच्या मार्गानेच जात आहे.'

मंडालेला सुभाषबाबूंचे शारीरिक आणि मानसिक हाल फार झाले. तेथील अन्न आणि हवा त्यांना मानवली नाही. त्यांची प्रकृती दुबळी झाली. सरकार सोडण्यास तयार नाही. परस्पर स्वित्झर्लंडला जाण्यास त्यांची तयारी नाही. मरेन तर देशात आणि देशासाठी हा त्यांचा दृढ संकल्प, त्यात दासबाबूंच्या निधनाची वार्ता त्यांना समजली आणि ते अस्वस्थच नव्हे, तर अत्यवस्थही झाले. सुभाषबाबूंची सुटका करा, अन्यथा बंगाल पेटेल, असा सरकारला इशारा मिळताच सरकार घाबरले आणि त्यांनी सुभाषबाबूंची मुक्तता केली.

दासबाबूंच्या अभावाने त्यांना ओके-बोके वाटू लागले. अनंत स्मृतींचे काहूर त्यांच्या डोक्यात माजून राहिले. ते दासबाबूंचे शब्द— 'राष्ट्रकार्य सतत चालू ठेवा, मी असो अथवा नसो.'

सुभाषबाबू आपल्या मनाला म्हणाले— 'अरे, तू डगमगलास तर दासबाबूंचा शिष्य कसला?'

❀ ❀ ❀

आता आपल्या पाठीमागे प्रेरणा देण्याला अगर पाठ थोपटण्याला दासबाबू नाहीत, याची टोचणी सुभाषबाबूंना लागून राहिली होती. ठिकठिकाणी फिरून आणि चिंतन करून सुभाषबाबूंना एक मार्ग सुचला. तो म्हणजे तरुणांची संघटना बांधण्याचा.

ते तरुणांचे मेळावे भरवू लागले आणि लढण्याशिवाय, बलिदानाशिवाय स्वातंत्र्य मिळत नाही, तेव्हा तरुणांनी बलिदानाला सिद्ध झाले पाहिजे, हा मंत्र ठिकठिकाणी सांगून तरुण वर्गांत एक जागृतीची ज्योत, उत्साहाची लाट सुभाषबाबूंनी निर्माण केली. त्यांचा हा मार्ग जवाहरलालनाही पसंत पडला आणि तेही त्याच मार्गाने तरुणांचा उठाव करण्याच्या कामाला लागले. १९२७च्या काँग्रेस अधिवेशनामध्ये या दोन तरुण नेत्यांवर मोठी जबाबदारीची कामे सोपविण्यात आली होती.

१९२८ मध्ये पुण्याला भरलेल्या प्रांतिक काँगेसच्या अधिवेशनाचे अध्यक्षपद सुभाषबाबूंना देण्यात आले. या वेळी महाराष्ट्रातल्या तरुण वर्गाला त्यांचे भाषण प्रत्यक्ष ऐकण्याचा लाभ मिळाला. सुभाषबाबूंच्या विचारांचे सार असे की, 'तरुणांनो, जागे व्हा, आपापसातील सर्व मतभेद विसरून भारतभूमीला स्वतंत्र करण्यासाठी सज्ज व्हा. जगात नव्या शोधांची भर पडत आहे, ते आपल्याला आत्मसात केले पाहिजेत. बैलगाडीतून प्रवास करण्याचे दिवस आता संपले आहेत. दारिद्र्य दूर करण्यासाठी औद्योगिक विकास साधला पाहिजे. संरक्षणाच्या आपल्या गरजा आपण स्वतःच शस्त्रनिर्मिती करून भागविल्या पाहिजेत.' अशा विचारांचा प्रचार आणि प्रसार करणारा सुभाषबाबूंचा झंझावाती दौरा चालू असतानाच महात्मा गांधींनी आपली प्रसिद्ध दांडीयात्रा काढली. कायदेभंग करून समुद्राकाठचे 'मीठ' गांधीजींनी उचलले. सरकारने क्रूर लाठीहल्ला केला, ऐंशी हजार लोकांना तुरुंगात डांबले. सरकारी दडपशाहीमुळे भूमिगत हालचालींना ऊत आला. क्रांतिकारक पकडले जाऊ लागले. भगतसिंग, राजगुरू, सुखदेव यांना २३ मार्च, १९३१ रोजी फाशी देण्यात आले. सुभाषबाबू प्रत्येक भाषणात तिखट, तेजस्वी विचारांच्या ठिणग्या उडवू लागले, 'भगतसिंगांनी आपल्याला रस्ता दाखविला आहे. भारतमातेच्या दास्यशृंखला आपण तोडू, नाही तर हुतात्मा होऊ.'

सुभाषबाबूंना मोकळे ठेवणे सरकारला परवडण्यासारखे नव्हते. १९३२ मध्ये त्यांना पकडण्यात आले आणि त्यांची रवानगी शिवणीच्या तुरुंगात करण्यात आली.

सुभाषबाबूंची प्रकृती बिघडली. त्यांना क्षयाने ग्रासले. सरकार त्यांना एका अटीवर मोकळे करण्यास तयार होते - देशत्याग! 'शिर सलामत तो पगडी पचास', या न्यायाने आपण आपली प्रकृती सुधारावी आणि बाहेर राहून देशकार्य करावे, भारतीय स्वातंत्र्याचा प्रश्न तिथे मांडावा, या हेतूने ते परदेशी गेले. जाताना त्यांनी मित्रांना संदेश दिला— 'भारताला स्वतंत्र करण्याचे कार्य नेटाने सतत चालू ठेवा. गुलामगिरीची मध्यरात्र कधीच उलटली आहे. स्वातंत्र्याची पहाट मला दिसत आहे.'

इंग्लंडमध्ये असताना विठ्ठलभाईंची आणि त्यांची गाठ पडली. सुभाषबाबूंची तेजस्विता पाहून जवळचे हजारो रुपये त्यांनी सुभाषबाबूंना त्यांच्या देशकार्यासाठी दिले. इटलीमध्ये जाऊन सुभाषबाबूंनी मुसोलिनीची भेट घेतली. भारतीय स्वातंत्र्याच्या लढ्याला त्याने अपार सहानुभूती दाखविली.

इतक्यात सुभाषबाबूंना त्यांच्या माताजींची तार मिळाली— 'जानकीनाथ अत्यवस्थ आहेत. ताबडतोब निघ.' मायदेशी परत येण्यासाठी मानहानिकारक अटी सुभाषबाबूंनी सोसल्या. केवळ एकाच कारणासाठी— अत्यवस्थ पित्याची भेट घ्यावी म्हणून; परंतु भारताच्या किनाऱ्याला ते पोहोचले नाहीत तोच, त्यांना त्यांच्या प्रिय पित्याच्या परलोकगमनाची वार्ता समजली. क्षणभर ते सुन्न होऊन गेले. त्यांच्या तोंडून उद्गार निघाले— "परमेश्वरा, माझ्या तपाला तू अशीच फळं देणार आहेस काय? दासबाबूंच्या बाबतीतही तू कठोर झालास, तसाच आजही."

❈ ❈ ❈

प्रकृती ठीक नसतानासुद्धा सुभाषबाबू वडिलांना भेटण्यासाठी भारतात आले; पण दुर्दैवाने जानकीनाथांचे अंत्यदर्शन त्यांना घडले नाही. ते पुन्हा युरोपात गेले. तिकडच्या थंड हवेत त्यांची प्रकृती थोडी-थोडी सुधारत होती. तशाही स्थितीत भारतीय स्वातंत्र्यासाठी बाहेरच्या देशांतून सहानुभूती मिळविणे, भारताचा प्रश्न त्यांना समजावून सांगणे वगैरे महत्त्वाची कामगिरी ते पार पाडीत होते. त्यांनी मजूर पुढारी ॲटली यांची भेट घेतली आणि किती अमानुषपणे भारतावर इंग्लंड राज्य करीत आहे याचे अनेक नमुने त्यांच्यापुढे ठेवले. या सर्व गोष्टींची ॲटलींनी नोंद करून घेतली आणि सहानुभूती व्यक्त केली. नंतर सुभाषबाबूंनी आयर्लंडचा वीरपुरुष डी. व्हॅलेरा यांच्याशी संपर्क साधला. त्यांच्यात उद्बोधक चर्चा घडून आल्या. डी. व्हॅलेराने इशारा दिला- तुमच्याप्रमाणे आम्हीही ब्रिटिशांच्या जोखडाखाली होतो. नाइलाजाने आयर्लंडला त्यांनी स्वातंत्र्य दिले, तेही दोन तुकडे करून - जहालांना फाळणी नको होती; पण आततायी मवाळांना हाताशी धरून ब्रिटिशांनी ती आमच्यावर लादली. 'फोडा व झोडा' ही त्यांची नीती आहे. इंग्रज माणूस स्वतःच्या देशात देवाचा दूत आहे; पण तो जेव्हा साम्राज्याचा विचार करतो, तेव्हा तो सैतानाचाही सेवक बनायला मागे-पुढे पाहत नाही. या चर्चेतून सुभाषबाबूंना एक दृष्टी

अखिल भारतीय कॉंग्रेस
अध्यक्ष

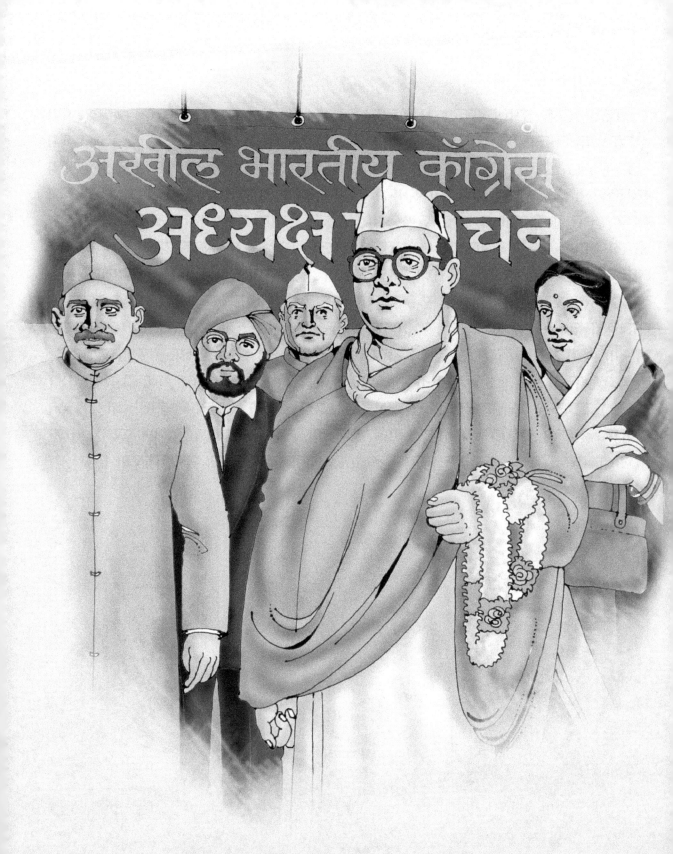

आली. इंग्रज धूर्त आहेत, चिवट आहेत, साम-दाम त्यांच्या ओठांत आहेत; पण पोटात मात्र दंड-भेद आहेत. 'माय स्ट्रगल' हे सुभाषबाबूंचे पुस्तक डी. व्हॅलेरांना फार आवडले.

इकडे भारतात असेंब्लीमध्ये सुभाषबाबूंच्या सुटकेच्या संदर्भात प्रश्नोत्तरांच्या फैरी झडत होत्या. मायभूमीला परत जायला ते उत्सुक झाले होते; पण सरकार त्यांना सोडायला तयार नव्हते. सरकारच्या दृष्टीने सुभाषबाबू एक भयंकर माणूस होते. स्वतः क्रांतिकारकच नव्हते तर क्रांतिकारकांचे सूत्रधार होते; पण मायदेशाला परत जाण्याचा सुभाषबाबूंनी निश्चय केला व एके दिवशी एका इटालियन बोटीतून ते आकस्मिकरीत्या भारताच्या किनाऱ्याला लागले. त्यांच्या आगमनाची वार्ता वाऱ्यासारखी देशभर पसरली. सरकारने त्यांना ताबडतोब अटक केली. त्यांना पुण्याच्या येरवडा जेलमध्ये ठेवण्यात आले. तुरुंगात क्षयाने उचल खाल्ली आणि प्रकृतीसाठी ते पुन्हा युरोपला गेले.

भारतीय राष्ट्रसभेला पन्नास वर्षे पुरी झाली. तिच्या सुवर्ण महोत्सवी हरिपुरा अधिवेशनाचे अध्यक्ष म्हणून देशाने एकमताने सुभाषबाबूंची निवड केली. त्यांची ही निवड म्हणजे एक प्रकारे काँग्रेसने जहाल राजकारणाला जणू दिलेली मान्यताच होती. या निमित्ताने सुभाषबाबूंनी केलेली सर्वच भाषणे म्हणजे पेटते पलितेच आहेत. काँग्रेसची कार्यकारी समिती म्हणजे स्वतंत्र भारताचे गुप्त मंत्रिमंडळच होय, असे त्यांनी ठिकठिकाणी जाहीर केले. ते जिथे जिथे जात, तिथे तिथे सरकारचे गुप्तवेषधारी पोलीस दल त्यांच्या मागे असे.

१९३९ मध्ये त्रिपुराला काँग्रेस अधिवेशन घेण्याचे ठरले. अनेकांच्या आग्रहासाठी सुभाषबाबूंनी निवडणूक लढविण्याचे ठरविले. या निवडणुकीच्या रिंगणात आणखी दोन वीर उतरले होते. एक मौलाना अब्दुल कलाम आझाद आणि दुसरे डॉ. पट्टाभी सीतारामय्या. आझादांनी पट्टाभींकरिता माघार घेतली आणि 'पट्टाभींनाच निवडून द्या' असे पत्रक काढले. पट्टाभी हे महात्मा गांधीजींनी पुरस्कृत केलेले उमेदवार होते. वल्लभभाई पटेलांवर पट्टाभींना निवडून आणण्याची जबाबदारी सोपविण्यात आली होती; पण ठरल्याप्रमाणे घडतेच असे नाही. निवडणुकीत पट्टाभी पराभूत झाले आणि सुभाषबाबू निवडून आले. भारतीय राजकारणातील तरुणांच्या जहाल मतप्रणालीचा हा विजय होता. या निवडणुकीच्या निमित्ताने काँग्रेसमधील नामवंत पुढाऱ्यांनी सुभाषबाबूंवर टीकेचा जो गदारोळ उठविला तो पाहता हे सर्व सुभाषबाबूंनी कसे सहन केले, याचा अचंबा वाटतो.

पट्टाभींचा पराभव हा माझाच पराभव असे महात्माजींनी सांगून टाकले. वर्किंग कमिटीतील बहुसंख्य सभासद गांधी गटाचे निवडण्यात आल्यामुळे अंतर्गत झगड्यात

शक्ती खर्च न करता शहाणपणाने आणि पूर्ण विचार करून सुभाषबाबूंनी जी वक्तव्ये केली, ती पाहता, परिस्थितीचे किती अचूक ज्ञान त्यांना होते, हे पाहून मन आजही थक्क होऊन जाते; मात्र तत्कालीन अनेक पुढाऱ्यांना ती आततायीपणाची वाटली, हा भाग निराळा.

युरोपात लवकरच महायुद्ध सुरू होईल, ब्रिटिश अडचणीत सापडतील. तरी आपण आपला स्वातंत्र्याचा लढा प्रखर करावा, प्रसंगी त्यांच्या शत्रूचीही मदत घ्यावी, अशी सुभाषबाबूंची विचारधारा होती; परंतु गांधीवादाच्या आवरणाखाली अडकलेल्या काँग्रेस पुढाऱ्यांना हा विचार अल्पांशानेही मानवला नाही, हे दुर्दैव होय.

❈ ❈ ❈

सुभाषबाबूंनी काँग्रेस अध्यक्षपदाचा राजीनामा दिला त्या वेळी महात्मा गांधी, जवाहरलाल नेहरू, सरदार पटेल यांच्या मागे सारा देश होता. या सर्वांच्या विरोधात आपल्याला काम करावयाचे आहे, निराळ्या मार्गाने जायचे आहे, याची सुभाषबाबूंना पूर्ण कल्पना होती. त्यांनी 'पुरोगामी गट' या नावाचा एक नवा पक्ष स्थापन केला आणि प्रचारासाठी एक वृत्तपत्रही काढले. सर्व तरुण वर्ग आणि जहाल मताचे प्रौढ नेते सुभाषबाबूंच्या पाठीशी उभे राहिले.

कलकत्त्याच्या अंधारकोठडीचे प्रतीक म्हणून उभा केलेला 'होलवेल' पुतळा उखडून टाकण्याचा कार्यक्रम त्यांनी हाती घेतला आणि सरकारने या गोष्टीचे निमित्त साधून त्यांना अटक केली.

आपली अटक अन्याय्य आहे, म्हणून तुरुंगातच त्यांनी प्राणांतिक उपोषण सुरू केले. देशासाठी मी आत्मबलिदान करणार आहे, असे त्यांनी पत्रक काढले. सरकारने घाबरून त्यांना सोडून दिले. त्यांनी पूर्व परवानगीशिवाय कोठे जावयाचे नाही, अशी अट घालून राहत्या घरातच त्यांच्या घराभोवती गुप्त पोलिसांचा कडक पहारा ठेवला. अशा परिस्थितीत सुभाषबाबू आपल्या घराच्या माडीवरील आतल्या एका खोलीत एकांतात बसत. त्यांनी गाठीभेटी घेणे बंद केले. दाढी वाढविली. आपण हिमालयात जाऊन संन्यास घेणार अशी बतावणी केली. काही सरकारी अधिकाऱ्यांना आता आपण सनदशीर चळवळ हाती घेणार असल्याचे कळविले. तर त्यांनी एका पत्रकाद्वारा जाहीर केले की,

प्रकृतीच्या कारणासाठी आपण सार्वजनिक जीवनातून निवृत्त होत आहोत.

सुभाषबाबूंच्या या बतावण्यांवर सरकारचा विश्वास बसला. त्याला हायसे झाले. समाधानाचा एक सुस्कारा सरकारी अधिकाऱ्यांनी, विशेषतः पोलीस खात्याने सोडला.

१६ जानेवारी, १९४१चा तो सोन्याचा दिवस. संध्याकाळी आठच्या सुमाराला एका बंद मोटारगाडीत बसून, चाळीस मैलांवरील एका छोट्या रेल्वे स्टेशनात दुसऱ्या वर्गाचे तिकीट काढून सुभाषबाबू पेशावरच्या गाडीत बसले. त्यांनी नाव धारण केले होते, झियाउद्दिन पठाण. पायात चुनीदार पायजमा घातला होता, शेरवानी पेहनली होती, डोक्यावर अस्सल फेज होती. पत्ता धारण केलेला होता लखनौ, पेशा- इन्शयुरन्स कंपनीचा ऑर्गनायझर.

दुसऱ्या दिवशी ते पेशावरला पोहोचले. तिथे त्यांनी एक पंजाबी तरुण बरोबर घेतला. त्याला त्यांनी बनविले रहिमतखान पठाण. त्यांनी २२ तारखेला काबूल गाठले. मोठा कठीण आणि जोखमीचा प्रवास होता तो. काबूलमध्ये उत्तमचंद व्यापाऱ्याचे पाहुणे म्हणून ते राहिले. त्यांच्या तपासावर सरकारी गुप्त पोलीस हेर होतेच. रात्री महत्त्वाची खलबते करावीत, दिवसा मुक्या-बहिऱ्याचे सोंग घ्यावे अथवा चेहरा ओळखू येऊ नये म्हणून तोंडावर वर्तमानपत्र घ्यावे. त्यातूनही किरकोळ कटकटी निर्माण होत; पण धीराने, प्रसंगावधानाने त्या त्यांनी निभावून नेल्या.

२६ जानेवारीला सुभाषबाबू नाहीसे झाल्याची बातमी भारतात पसरली. या बातमीने जगाच्या कानाकोपऱ्यात एक रहस्यमय कुतूहल निर्माण केले. सरकारी अधिकारीच नव्हेत, तर मान्यवर भारतीय पुढारीसुद्धा या घटनेने आश्चर्यचकित झाले. सुभाषबाबूंची शोधाशोध सुरू झाली. साधूवेषात ते हिमालयात गेले असतील म्हणून श्वानपथकासह पोलीस पथके धाडण्यात आली. एक-दोन साधूंना चौकशीला निष्ठुरपणे तोंड द्यावे लागले. अखेर सुभाषबाबू सापडले नाहीत. सरकारनेच त्यांना कोठेतरी लपवून ठेवले आहे, असे सरकारवर बंगाली तरुणांनी आरोप केले. इंग्लंडच्या मंत्रिमंडळाने भारत सरकारवर भोंगळपणाचा आरोप ठेवला; पण पंछी पिंजऱ्यातून उडाला होता; पण एके दिवशी ही सारी शोधाशोध थांबली. २८ मार्चचा होता तो मंगल दिवस. कारण जगाला बर्लिन रेडिओवरून पुढील बातमी ऐकायला मिळाली—

'काही दिवसांपूर्वी हिंदुस्थानातून आकस्मिकरीत्या अंतर्धान पावलेले हिंदुस्थानचे महान नेते आणि हिंदी राष्ट्रीय सभेचे माजी अध्यक्ष श्री. सुभाषचंद्र बोस ता. २८ मार्च रोजी बर्लिनला सुखरूप येऊन पोहोचले. त्यांचे भारतीयांसाठी भाषण ऐका.'

जगाने जिवाचे कान करून सुभाषबाबूंचे भाषण ऐकले—

'देशबांधवहो, भारताच्या स्वातंत्र्याचा दिवस जवळ येत चालला आहे. चालू युद्ध हे भारताचे अखेरचेच स्वातंत्र्ययुद्ध आहे. तेव्हा आपण भारतासाठी लढू या आणि स्वातंत्र्य मिळवू या. मी जर्मनीला आलो आहे. माझ्या हिंदी देशबंधूंनो, मला तुमच्याशी खूप गोष्टी बोलायच्या आहेत. हे युद्ध इंग्रज आणि जर्मन यांच्यातील आहे; ते आपले युद्ध नव्हे. आपल्याला त्याच्याशी काही कर्तव्य नाही म्हणून लढू नका. 'आझाद हिंद!' —सुभाष बोस.'

जग थक्क झाले. या गरुडाने बर्लिनपर्यंत झेप घेतली कशी?

❀ ❀ ❀

काबूलमधील आपले खडतर वास्तव्य संपवून इटालियन वकिलातीतील कनिष्ठ अधिकाऱ्यांच्या साहाय्याने सुभाषबाबू प्रथम मॉस्कोला गेले. त्यांच्या पासपोर्टवर 'ऑरलॅन्डो सॅझेटा' असे इटालियन नाव असल्याने कोणतीच अडचण निर्माण झाली नाही. नंतर तेथून ते बर्लिनला पोहोचले. हिटलरची भेट घेतल्याशिवाय कसलीही हालचाल करणे केवळ अशक्य होते. हिटलर आपल्या कामात व्यग्र होता. किती दिवसांत कोणत्या राष्ट्रांचा पाडाव करावयाचा याचे वेळापत्रक आखण्याच्या कामात स्वतः तो, परराष्ट्रतंत्री रिबेन्ट्राप, विमानदल प्रमुख गोअरिंग व प्रचारप्रमुख गोबेल्स वगैरे मग्न होऊन गेले होते. अखेर सुभाषबाबूंशी हिटलरची भेट झाली. हस्तांदोलन झाले. नजरेला नजर भिडली आणि काय उमजावयाचे ते दोघेही उमजले.

इंग्रजांच्या जोखडातून भारत देश स्वतंत्र करण्यासाठी सर्वतोपरी साहाय्य करण्याचे अभिवचन हिटलरने दिले. इतकेच नव्हे तर प्रचाराच्या रेडिओ केंद्रासाठी ऑफिस थाटण्यासाठी व फौज उभारण्यासाठी लक्षणीय रक्कम स्वतंत्र भारताला कर्जाऊ म्हणून दिली व पुढे ती कधीच परत मागितली नाही. जर्मनीने युद्धात कैद केलेले भारतीय सैनिक सुभाषबाबूंच्या स्वाधीन करण्यात आले. ते कैदी राहिले नव्हते, तर ते भारताचे स्वातंत्र्य सैनिक झाले होते.

त्यांच्या मेळाव्यापुढे भाषण करताना सुभाषबाबू म्हणाले,

"मित्रहो, आझाद हिंद फौजेत दाखल होण्याची सक्ती मी तुमच्यावर करू इच्छित नाही; पण प्रिय भारताच्या स्वातंत्र्यासाठी रक्त सांडण्याची तुमची तयारी असेल तर मी ती संधी तुम्हाला देतो. अशी सुवर्णसंधी पुन्हा कधी मिळणार नाही."

संदेशामागून संदेश, भाषणामागून भाषणे बर्लिन रेडिओच्या आझाद हिंद केंद्रावरून प्रसारित होत होती. सुभाषबाबूंची तयारी पाहण्यासाठी एकदा हिटलर आला. स्वातंत्र्यसैनिकांना उद्देशून दोन शब्द बोलण्याची विनंती त्यांनी हिटलरला केली. हिटलरने ती त्वरित मान्य केली. हिटलर म्हणाला,

"सैनिकहो, हिज एक्सलन्सी हर बोस, यांनी अल्पावधीत तुमच्याकडून उत्कृष्ट तयारी करवून घेतली आहे. ते माझ्यापेक्षा श्रेष्ठ नेते आहेत; कारण माझे आधिपत्य केवळ आठ कोटी लोकांवर चालते, पण ते चाळीस कोटी जनतेच्या हृदयसिंहासनावर विराजमान झाले आहेत. मी त्यांना प्रणाम करतो. जर्मन जनता त्यांना मानवंदना देत आहे."

अशा प्रकारे वर्ष-दीड वर्ष सुभाषबाबूंनी जर्मनीत घालविले. तेवढ्या अवधीत दोन महत्त्वाच्या घटना घडल्या. जपान जर्मनीच्या बाजूने युद्धात पडला होता; पण जर्मनीची पीछेहाट होत होती. ब्रिटिश साम्राज्यावर घाव घालण्याचा कार्यक्रम जपानने आखला होता. त्यात आपण सहभागी व्हावे आणि ब्रह्मदेशातून भारतावर चालून जावे, अशी सुभाषबाबूंची मनीषा होती. त्यांनी आपला विचार हिटलरला बोलून दाखविला. हिटलरने त्यांना आनंदाने परवानगी दिली. जर्मनीतील आपल्या चळवळीला त्यांनी तात्पुरती स्थगिती दिली.

✿ ✿ ✿

नेताजींनी पुष्पहारांचा मोठ्या प्रेमाने स्वीकार केला. सभेला सुरुवात झाली. हृदय हलवून सोडणाऱ्या त्यांच्या भाषणाने श्रोते भान विसरले. भाषण संपताच नेताजींना एक कल्पना सुचली– हा हार कोणी विकत घेतला तर ते पैसे फौज फंडाला मिळतील.

हारांचा लिलाव सुरू झाला. कुणी तरी म्हणाले,

"एक लाख–"

"दीड लाख–"

"तीन-चार-सव्वाचार लाख!"

निधी संव

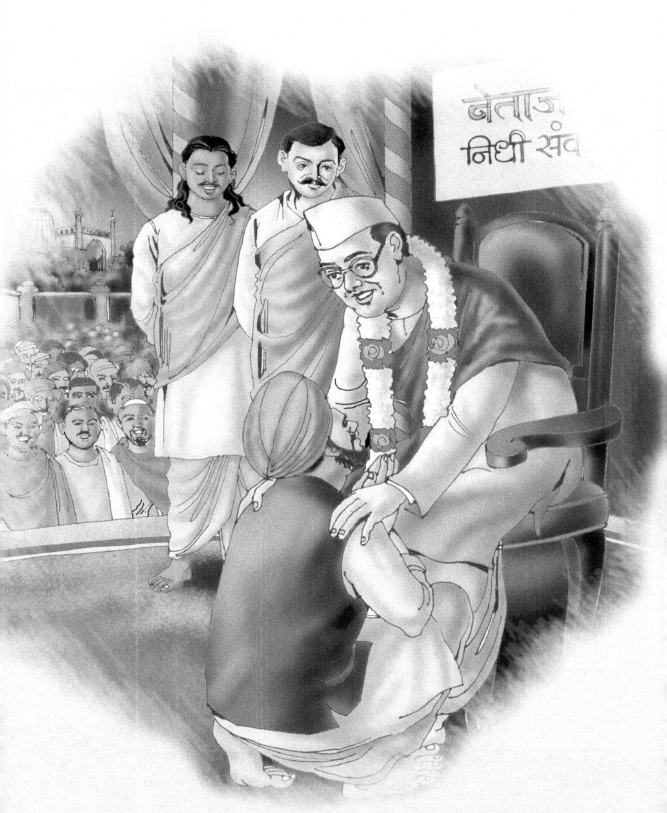

भरतीच्या लाटांप्रमाणे आकडे पुढे पुढे जात होते.

''पाच लाख, सहा लाख-सात लाख!''

पहिली मागणी एका श्रीमंत पंजाबी तरुणाची होती. सव्वाचार लाखांवर आकडा जाताच तो पाच लाख म्हणून ओरडला. शेवटचा आकडा सात लाखांवर जाताच तो अतिशय अस्वस्थ झाला. हाराची विक्री पक्की होणार, इतक्यात तो तीरासारखा पुढे धावत गेला आणि ओरडून म्हणाला,

''नेताजी, मी माझी सारी संपत्ती देतो; पण पण मला तो हार-''

त्या तरुणाचे थरथर कापणारे हात आपल्या हातांनी घट्ट दाबून धरीत सुभाषबाबू म्हणाले,

''हा हार तुझाच आहे!''

ते पुढे काय बोलले, ते त्या तरुणाला कळले नाही. तो हार त्याने मस्तकाला लावला, मग हृदयाशी कवटाळला. तो मोठ्याने म्हणाला,

''आज मी खरा स्वतंत्र झालो. माझी दुसरी काही इच्छा नाही. मी स्वातंत्र्यसैनिक होऊ इच्छितो.''

सभा संपली. तो धनिक तरुण आपल्या सर्वस्वाचे दान करून नेताजींच्या आझाद हिंद फौजेत दाखल झाला.

जर्मन सरकारने समुद्रमार्गे पाणबुडीतून जपानी पाणबुडीत सुभाषबाबूंना सुखरूप पोहोचविण्याची व्यवस्था केली होती. ठरल्याप्रमाणे जपानी पाणबुडी आली. ती सुभाषबाबूंना घेऊन जपानच्या तीराला लागली. समुद्राच्या पोटातून अत्यंत कठीण असा हा प्रवास सुभाषबाबूंना तीन महिने करावा लागला.

जपानमध्ये वयोवृद्ध क्रांतिकारक नेते रासबिहारी घोष यांनी आपली फौज सुभाषबाबूंच्या स्वाधीन केली आणि जपान सरकारने आझाद हिंद सेना उभारण्यासाठी सर्वतोपरी साहाय्य करण्याचे मान्य केले.

पश्चिमेकडील देशांच्या मानाने पूर्वेकडील देशांत हिंदी लोकांची वस्ती अधिक. व्यापार उदीम करणारे पुष्कळ सधन लोक. सुभाषबाबूंच्या तेजस्वी, ओघवत्या, तडफदार पण लाघवी भाषणाने या सर्व भारतीयांत देशभक्ती पेटून उठली. १९४३च्या जुलै महिन्यात सुभाषबाबू सिंगापूरला आले. सारे भारतीय त्यांना 'नेताजी' म्हणू लागले, तर जपानी लोक त्यांना 'चंद्र बोस' म्हणून संबोधू लागले. सिंगापूर, मलाया, ब्रह्मदेश जपानने जिंकले होते. इंग्रजांची सतत पीछेहाट होत होती. ब्रिटिशांसाठी लढणाऱ्या भारतीय सेनेला

नेताजी संदेश देत असत.

—ब्रिटिशांसाठी लढू नका. शरण या. आम्ही तुम्हाला आझाद हिंद फौजेत सन्मानपूर्वक सामावून घेऊ.

सैनिक भराभर शरणागती पत्करू लागले. आझाद हिंद फौजेत भरती होऊ लागले.

इकडे महात्मा गांधींनी आपल्या 'चले जाव' घोषणेने भारत जास्त ढवळून काढला होता. छोटे-मोठे असंख्य पुढारी गजाआड गेले होते. शूर, धाडसी भूमिगत झाले होते. आगगाड्या लुटण्यात येत होत्या. ट्रामगाड्या जाळण्यात येत होत्या. सरकारी तिजोऱ्यांवर, कचेऱ्यांवर हल्ले होत होते. आतून भारतीय जनतेचा उठाव आणि बाहेरून जपानची आगेकूच.

१९४३ मध्ये सुभाषबाबूंनी आझाद हिंद फौजेची स्थापना केली. 'झाशीराणी लक्ष्मी' नावाची एक स्त्री पलटण तयार झाली. १८ ऑगस्ट, १९४४ रोजी आझाद हिंद फौजेने आपले पाऊल भारताच्या सीमेवर इंफाळ नजीक टाकले. स्वतंत्र भारताचा व्याघ्रचिन्हांकित

ध्वज फडकविला. 'जय हिंद' आणि 'चलो दिल्ली' या घोषणांनी आकाश दुमदुमून गेले; पण विधिलिखित निराळेच होते. नागासाकी-हिरोशिमावर अमेरिकनांनी ॲटमबॉम्ब्स् टाकले. युद्धाला निराळे वळण लागले. ७ मे, १९४५ रोजी जर्मनीने शरणागती पत्करली. तर १५ ऑगस्ट, १९४५ला जपानही शरण गेला. भारताला स्वतंत्र करण्याचे सुभाषबाबूंचे स्वप्न अखेर स्वप्नच ठरले. सुभाषबाबू विमानातून फार्मोसाला गेले. तेथून त्यांना टोकियोला जायचे होते. ते विमानात बसले. सोबत कॅप्टन हबीबूर रहमान होते. विमानाने थोडा प्रवास केला नाही, तोच विमान कोसळले आणि त्याने पेट घेतला. जळत्या विमानातून सुभाषबाबू आणि हबीब बाहेर फेकले गेले. अंगावर पेट्रोल उडाल्यामुळे सुभाषबाबूंच्या कपड्यांनी पेट घेतला. त्यांचे सर्व शरीर भाजून निघाले. त्यांना फार्मोसाच्या मिलिटरी इस्पितळात नेण्यात आले आणि तेथेच त्यांचा दुःखद अंत झाला.

त्यांचा मृतदेह अंत्यसंस्कारासाठी भारतात पाठविला जावा, या विनंतीला जपानी लष्करी अधिकाऱ्यांनी प्रथम संमती दिली, पण तत्कालीन अत्यंत गुंतागुंतीच्या युद्धपरिस्थितीमुळे ते त्यांना शक्य झाले नाही. अखेर फार्मोसामध्येच सुभाषबाबूंचा लष्करी इतमामाने अंत्यसंस्कार उरकण्यात आला.

मृत्यूसमयी या क्रांतिवीराचे वय अवघे अठ्ठेचाळीस वर्षांचे होते.

आझाद हिंद फौजेच्या उभारणीत सुभाषबाबूंना साहाय्यभूत ठरलेले, जणू त्यांचा उजवा हात झालेले जगन्नाथराव भोसले एकदा त्यांना म्हणाले,

"नेताजी!"

"बोला जगन्नाथराव."

"तुमचा हा स्वातंत्र्ययुद्धाचा प्रयत्न इंग्रजांना स्वप्नाळूपणाचा वाटतो."

"तुम्हाला कुणी सांगितलं?"

"तसा त्यांचा रेडिओवर एकसारखा प्रचार सुरू आहे."

सुभाषबाबू क्षणभर स्तब्ध राहिले. मग ते शांतपणे म्हणाले,

"हा आरोप मला पूर्णपणे मान्य. मला आठवतं तेव्हापासून- अगदी लहानपणापासून- मी स्वप्नाळूच आहे. मी अनेक स्वप्नं पाहत आलो आहे; पण स्वप्ना-स्वप्नांतसुद्धा फरक असतो. भारतमातेचे स्वातंत्र्य हे माझे महान स्वप्नं आहे. स्वप्नं डोळ्यांपुढे नाचत राहणं हा माझ्या टीकाकारांना माणसाचा अवगुण वाटतो; पण त्याचा तो सर्वांत मोठा गुण आहे, अशी माझी श्रद्धा आहे. मातृभूमीच्या स्वातंत्र्याचं स्वप्नं जर माझ्या डोळ्यांपुढे एकसारखे नाचत राहिलं नसतं, तर आपल्या पायातल्या बेड्यांचा तिटकारा न करता मी मुकाट्यानं गुलामगिरीपुढे मान वाकविली असती. नवी नवी स्वप्नं पाहण्यात, त्यांच्या मागं धावण्यात खरा पुरुषार्थ आहे. जगाची आतापर्यंतची प्रगती कुणी केली आहे? स्वप्नवेड्या माणसांनी आणि त्यांच्या डोळ्यांपुढे लखलखणाऱ्या विशाल स्वप्नांनी!"

भारतीय स्वातंत्र्याच्या ध्येयप्राप्तीसाठी, ते स्वातंत्र्य समीप आलं असताना काळानं त्यांच्यावर झडप घातली, हे आमचं दुर्दैव!

तेजस्वी क्रांतिवीरांना भारतमातेने जन्म दिला.

पुढेही ती जन्म देत राहील,

पण तिचा कौस्तुभ फक्त

नेताजी सुभाषच...

जय हिन्द!

सुभाषबाबूंची अमृतवाणी

"वीरांनो, उद्या पहाटे तुम्ही आपल्या रक्तसिंचनाने स्वातंत्र्ययुद्धाची मुहूर्तमेढ रोवणार आहात. त्या झाडांपलीकडे, त्या पर्वतशिखरांच्या आड तुमची पवित्र मातृभूमी आहे. त्या दिशेला आपल्या मातृभूमीकडे जरा नजर टाका. तिच्याच मातीने आपले देह बनविले आहेत. आपल्या मातृभूमीची करुणावस्था, परक्यांच्या छळवणुकीने तिने फोडलेला टाहो तुम्हाला ऐकू येत आहे ना? ज्या भारतमातेने आपल्याला इतके दिवस वात्सल्याने पाळले आणि पोसले, तिच्याकरिता- तिच्या मुक्ततेकरिता- आपले प्राण पणाला लावणे आपले पवित्र कर्तव्य आहे. आपल्या मातृभूमीच्या मुक्ततेची वेळ दर क्षणी जवळ येत आहे, हे आपले महाभाग्य आहे. आपल्या मातृभूमीचा व परमेश्वराचा आपणाला आशीर्वाद आहे."

(२६ जानेवारी, १९४४, रंगून)

आपली सर्वांची मातृभूमी आज स्वातंत्र्यासाठी झगडत आहे; कारण स्वातंत्र्याशिवाय यापुढे जगणेच तिला अशक्य आहे; परंतु स्वातंत्र्य हे आत्मयज्ञाने मिळते. शक्तीचा, संपत्तीचाच नव्हे, तर सर्वस्वाचाही होम स्वातंत्र्यासाठी करावा लागतो. पूर्वीच्या क्रांतिकारकांप्रमाणे असा त्याग तुम्ही केला पाहिजे. स्वतंत्रतादेवीच्या समाधानासाठी-

आज तिला नुसते शूर सैनिक नकोत, तर स्वतःचे रक्त देणारे, आत्मयज्ञ करणारे बंडखोर स्त्री-पुरुष तिला हवे आहेत. स्वतःच्या शरीरातून निघालेल्या रक्ताच्या सागरात आपण शत्रूला बुडविणार आहोत. म्हणून मी सांगतो,

"तुम्ही मला रक्त द्या! मी तुम्हाला स्वातंत्र्य देतो!"

—ज्या राज्यकर्त्यांनी आमचे रक्त शोषले, त्यांना मदत करणे हा कृतघ्नपणा आहे. देश पारतंत्र्यात असताना चैन करणे, पैसा मिळविणे हे माणुसकीला सोडून आहे. परतंत्र राष्ट्रातील लोकांचे कर्तव्य एकच असू शकते, ते म्हणजे आपल्या राष्ट्राचे दास्यविमोचन.

—देशाचे स्वातंत्र्य हा आमचा प्राणवायू आहे, त्याशिवाय आम्ही जगूच शकत नाही. देशासाठी आत्मसमर्पण म्हणजे मरण नव्हे, तर ते चिरजीवन आहे, आयुष्याचे सार्थक आहे.

—मी आय.सी.एस. झालो; परंतु देशाची आणि ब्रिटिश सरकारची, दोघांचीही सेवा करता येणे अशक्य असल्यामुळे मी राजीनामा सादर केला आहे. आता मला माझ्या देशात चाललेल्या स्वातंत्र्यलढ्यात समाधानाने आणि स्वाभिमानाने भाग घेता येईल.

—वेड्या मना, आता कुठं तुझ्या कष्टांना, हालअपेष्टांना प्रारंभ झाला आहे. अजून कडवट विरोधाला आणि भयानक संकटांना तोंड द्यावयाचे आहे. झुंजून ध्येयप्राप्तीचा मंगल आनंद मिळविणे तुझ्या आयुष्याचे कर्तव्य आहे. स्वातंत्र्याच्या यज्ञवेदीवर आपल्या सर्वस्वाचे बलिदान तू करावयाचे आहेस!

—मी दुकानदार नव्हे, मला देवघेवीचा व्यवहार कळत नाही. राजकीय डावपेचांच्या निसरड्या मार्गाचा मला तिटकारा आहे. मला माझ्या देहाची मुळीच पर्वा नाही. देहरक्षणासाठी मी तत्त्वावर, ध्येयावर पाणी सोडायला मुळीच तयार नाही. माझा झगडा माणसांशी नाही, तो सैतानी सत्तेशी आहे.

—संपूर्ण स्वातंत्र्यात जो स्वर्गतुल्य आनंद आणि अभिमान आहे, त्याचा ठेवा माझ्या हिंदुस्थानला मिळून त्याने स्वतःच्या उन्नतीसाठी आणि जगाच्या कल्याणासाठी झटावे, ही माझी महत्त्वाकांक्षा! स्वातंत्र्यासाठी स्वातंत्र्य हे माझे ब्रीदवाक्य आहे.

—बंधूंनो, उठा. स्वातंत्र्याच्या सहकार्याला लागा; त्या कार्याची ध्वजा सतत फडकत ठेवा. माझी खात्री झाली आहे की, राष्ट्राच्या संकटाची मध्यरात्र उलटून स्वातंत्र्याची पहाट दिसू लागली आहे.

—स्वातंत्र्य मागून मिळत नाही; ते हिसकावून घ्यावे लागते. आपण आता आपले सारे मतभेद विसरून, सर्व सामर्थ्य एकवटून ब्रिटिश सत्तेवर हल्ला चढवू या. त्याचा प्रतिकार करण्याचे सामर्थ्य त्यांच्यात, छे! कोणातही नाही!

—दुष्ट शत्रूचे संकट ही सुवर्णसंधी असते. अशी सुवर्णसंधी साधण्याची दूरदृष्टी आमच्यात आहे काय?

—स्वातंत्र्याचा मार्ग रणमैदानातून जातो. त्या मार्गावरून आपल्याला जायचे आहे. सत्याग्रहाने जागृती होईल. सत्याग्रह साधन आहे, साध्य नव्हे! साध्य साधण्यासाठी लढा देणे आवश्यक आहे! ब्रिटिश सरकार आम्हाला गुलामगिरीतच ठेवणार आहे. म्हणून लढणे, प्राणपणाने लढणे आवश्यक ठरते!

जय हिन्द!

❀ ❀ ❀

क्रांतिवीर सुभाष बाबूंचा जीवनपट

२३ जानेवारी, १८९७	जन्म (दुपारी १२ वाजता)
जून १९०२	शिक्षणास प्रारंभ
एप्रिल १९०९	पी.ई. स्कूल सोडले
जून १९१३	मॅट्रिक उत्तीर्ण
जून १९१८	बी.ए. उत्तीर्ण
सप्टेंबर १९१९	इंग्लडंला प्रयाण (आय.सी.एस करिता)
ऑगस्ट १९२०	आय.सी.एस. उत्तीर्ण
एप्रिल १९२१	आय.सी.एस. राजीनामा
जून १९२१	प्रिन्स ऑफ वेल्स बहिष्कार प्रसंगी अटक व सुटका
ऑक्टोबर १९२४	अटक
जानेवारी १९२६	मंडालेस नेले
मे १९२७	मंडालेहून सुटका
मे १९२८	'महाराष्ट्र प्रांतिक'चे अध्यक्ष
जून १९२८ ते डिसेंबर १९२९	विविध सहा प्रांतिक युवक परिषदांची अध्यक्षपदे
जानेवारी १९३०	अटक, एक वर्षाची शिक्षा व सुटका
जानेवारी १९३१	सात दिवसांची शिक्षा
डिसेंबर १९३१	महाराष्ट्र दौरा
जानेवारी १९३२	अटक व छळ
फेब्रुवारी १९३३	हद्दपार
मार्च १९३६	आगमन, पुन्हा अटक
मार्च १९३७	सुटका व युरोपला प्रयाण
मार्च १९३९	'हरिपुरा' कॉंग्रेसचे अध्यक्ष
मार्च १९३९	'त्रिपुरा' क्रॉंगेसचे अध्यक्ष
एप्रिल १९३९	अध्यक्षपदाचे त्यागपत्र
मे १९३९	पुरोगामी गटाची स्थापना
जुलै १९४०	अटक (सहा महिने शिक्षा)

१६ जानेवारी, १९४१	पलायन
१७ जानेवारी, १९४१	पेशावरमध्ये दाखल
२२ जानेवारी, १९४१	काबूलमध्ये दाखल
२६ जानेवारी, १९४१	पलायन जगजाहीर
२८ मार्च, १९४१	बर्लिनला सुखरूप
२९ मे, १९४१	हिटलरची छावणीस भेट व प्रशस्ती
जून १९४३	टोकियोस प्रयाण
जुलै १९४३	सिंगापुरास आगमन
२१ ऑक्टोबर, १९४३	स्वतंत्र भारत सरकारची स्थापना
२३ ऑक्टोबर, १९४३	युद्धघोषणा
१८ ऑगस्ट, १९४४	अंदमान मुक्त व भारत मुक्तीस प्रारंभ
१८ ऑगस्ट, १९४५	निधन (रात्री ८.३०)
२१ ऑगस्ट, १९४५	निधनवार्ता जाहीर

आझाद हिंद फौजेचे 'कदमगीत'

कदम कदम बढाए जा
खुशीके गीत गाये जा
ये जिंदगी है कौमकी
तू कौम पर लुटाये जा
कदम कदम...।।धृ.।।

तू शेरे हिंद आगे बढ
मरनेसे तू कभी न डर
उठाके आसमां तक सर
जोशे वतन बढाये जा
कदम कदम...।।१।।

हिम्मत तेरी बढती रहे
खुदा तेरी सुनता रहे
जो सामने तेरी पडे
तू खाकमें मिलाये जा
कदम कदम...।।२।।

दिल्ली चलो पुकारके
कौमी निशा सम्हाल के
यह लाल किलेपर गाढ के
लहराये जा, लहराये जा
कदम कदम...।।३।।

सुभाषबाबू आणि महात्मा गांधी

नाझी नेत्यांसमवेत चर्चा करताना सुभाषबाबू

www.ingramcontent.com/pod-product-compliance
Lightning Source LLC
Chambersburg PA
CBHW081109130525
26611CB00037B/596